เซนต์ ออกัสติน ของ ฮิปโป (354–430 โฆษณา)

จาก เอ กระสับกระส่าย หัวใจ ถึง เอ เขียนไว้ ชีวิต

การดำรงชีวิต จดหมาย – 40 วัน เพื่อการภาวนา ชุด - 1

โดย

ออเรลิอุส ออกัสตินัส – เซนต์ ออกัสติน ของ ฮิปโป; ซาคาริอัส ก็อดสอิเกิล;

เอกอัครราชทูต ม. โอ. โอกเบ;

ซี. ลาดี โอกเบ;

โต๊ะ ของ สารบัญ

ลิขสิทธิ์ © หน้าหนังสือ

S ที. ออกัสติน ของ ฮิปโป (354–430 โฆษณา)

จาก เอ กระสับกระส่าย หัวใจ ถึง เอ เขียนไว้ ชีวิต

การดำรงชีวิต จดหมาย – 40 วัน เพื่อการภาวนา ชุด | หนังสือ 1

ผู้เขียน

ออเรลิอุส ออกัสตินัส (เซนต์ ออกัสติน ของ ฮิปโป) ซาคาเรียส ก็อดสอีเกิล

ท่านทูต วันจันทร์ โอ. Ogbe Comfort

สำนักพิมพ์ Ladi Ogbe

ซาคาเรียส ก็อดสอีเกิล และ ก็อดสอีเกิล กระทรวงต่างๆ

เผยแพร่โดย: **Zacharias Godseagle** ติดต่อ -

https://www.otakada.org

ambassador@otakada.org

โทรศัพท์/SMS +13024922440;

WhatsApp +2348032835348

ข้อสงวนสิทธิ์

นี้ หนังสือ เป็น เอ การภาวนา และ การเป็นศิษย์ ทรัพยากร. ในขณะที่ มัน การจับฉลาก จากบันทึกทางประวัติศาสตร์ รวมถึง *คำสารภาพของนักบุญออกัสติน* ไม่ได้มีเจตนาที่จะ... เอ วิกฤต เชิงวิชาการ ฉบับ หรือ เอ ทดแทน สำหรับ หลัก ศาสนศาสตร์ ข้อความ

พระคัมภีร์ ใบเสนอราคา เป็น ใช้แล้ว สำหรับ การภาวนา และ การสอน วัตถุประสงค์ การตีความ และ แอปพลิเคชัน เป็น นำเสนอ อธิษฐาน และ ในเชิงการดูแลเอาใจใส่

พระคัมภีร์ สังเกต

หากไม่ได้ระบุไว้เป็นอย่างอื่น ข้อความอ้างอิงจากพระคัมภีร์นำมาจาก แหล่งที่ใช้ กันทั่วไป ภาษาอังกฤษ การแปล เน้น มี เป็น เพิ่ม ใน สถานที่ สำหรับ ความชัดเจน และการสักการะบูชา จุดสนใจ.

ข้อมูล การพิมพ์

พิมพ์ ใน ที่ สหรัฐ รัฐต่างๆ ของ อเมริกา มาก่อน ฉบับ

เกี่ยวกับหนังสือ – นักบุญออกัสตินแห่ง ฮิปโป (ค.ศ. 354–430) –

จาก เอ กระสับกระส่าย หัวใจ ถึง เอ เขียนไว้ ชีวิต

W หมวก ทำ มัน ดู ชอบ เมื่อไร พระเจ้า ปฏิเสธ ถึง ละทิ้ง เอ วิญญาณ?

ชีวประวัติของ **ออกัสตินแห่งฮิปโป (ค.ศ. 354–430)** ให้คำตอบสำหรับคำถามนั้น กับ ไม่พบเห็นบ่อยนัก ความซื่อสัตย์ และ ยั่งยืน พลัง.

ของออกัสติน เรื่องราว ต่อเนื่อง ถึง พูด ข้าม หลายศตวรรษ เพราะ มัน สะท้อนให้เห็น การต่อสู้ มากมาย ผู้เชื่อ นิ่ง จำได้ วันนี้— ชีวิต ทำเครื่องหมาย โดย ความต้องการ ปราศจากการพักผ่อน ความรู้ปราศจากการเชื่อฟัง ศรัทธาปราศจากการยอมจำนน และพระคุณที่ ไม่ยอมปล่อยมือ การเดินทางของเขาเผยให้เห็นความขัดแย้งภายในจิตใจมนุษย์และ ... ไม่ย่อท้อ ความเมตตา ของ พระเจ้า WHO มุ่งมั่น เผชิญหน้า ฟื้นฟู และ เปลี่ยนแปลง

การดำรงชีวิต จดหมาย: เซนต์ ออกัสติน ของ ฮิปโป (354–430 โฆษณา) เป็น เอ **หนังสือภาวนาของคริสเตียน ชีวประวัติ** ออกแบบ ถึง ศิษย์ ผู้เชื่อ ผ่าน อาศัยอยู่ หลักฐานเชิงประจักษ์ มากกว่าทฤษฎีเชิงนามธรรม ดึงมาจาก *คำสารภาพของออกัสติน* และ ยึดโยงไว้ด้วยหลักฐาน อย่างมั่นคง ใน พระคัมภีร์ นี้ หนังสือ ของขวัญ ของออกัสติน ชีวิต ไม่ เช่น ประวัติศาสตร์ อันไกลโพ้น แต่ เช่น เอ **การดำรงชีวิต จดหมาย เขียนไว้ โดย พระเจ้า สำหรับ ที่ คริสตจักร วันนี้ .**

ผ่านเรื่องราวชีวประวัติที่น่าประทับใจและ **การเดินทางทางจิตวิญญาณ 40 วัน ที่จัดวางอย่างพิถีพิถัน** ผู้อ่านจะได้รับการชี้นำผ่านหัวข้อต่างๆ เช่น การสำนึกผิด การ ค้นหาตัวตน ล่าช้า การเชื่อฟัง แยก ความต้องการ, ภายใน ขัดแย้ง, พระคุณ ความศักดิ์สิทธิ์ ความอดทน จิตวิญญาณ สงคราม วุฒิภาวะ และ มองเห็นได้ ผลไม้. เดอะ การ เดินทางนี้ ตั้งใจที่จะเริ่มต้นจากการก่อตัวของตัวออกัสตินไปสู่การเปลี่ยนแปลงของผู้อ่าน สุดท้าย ความเคลื่อนไหว ของ ที่ หนังสือ กะ อย่างเด็ดขาด ไปทาง ที่ ผู้อ่าน

ผ่านสถานการณ์ที่แยบยลและเรื่องราวที่ขับเคลื่อนด้วยการเล่าเรื่อง

รวมถึงการกระทำที่แสดงถึงการเชื่อฟังอย่างเป็นรูปธรรม ผู้อ่าน จะได้รับรู้ถึง สิ่งต่างๆ ได้รับเชิญ ถึง รวบรวม

อะไร พวกเขา มี เรียนรู้—การตรวจสอบ ของพวกเขา เป็นเจ้าของ ชีวิต ในฐานะ **สิ่งมีชีวิต จดหมาย ของ พระ** คริสต์ เขียนไว้ โดย ที่ วิญญาณ ของ ที่ การดำรงชีวิต พระเจ้า และ อ่าน โดย โลก .

หนังสือเล่มนี้เขียนขึ้นเพื่อใช้สำหรับ **การศึกษาส่วนตัว การศึกษาเป็นกลุ่ม และ การอบรมสั่งสอนในคริสตจักร ความเป็นผู้นำ การก่อตัว และ ภารกิจ การฝึกอบรม** . มัน เป็น ออกแบบ ไม่ใช่แค่เพียงเท่านั้น ถึง แจ้ง, แต่ ถึง แบบฟอร์ม—การเรียก ผู้เชื่อ ถึง เอ ศรัทธา ที่ เป็น มองเห็นได้, อ่านง่าย และ ได้ผลดี

นี้ เป็น ไม่ เพียงแค่ เอ เรื่องราว เกี่ยวกับ ออกัสติน

มัน เป็น เอ เรียก ถึง กลายเป็น **สามารถเขียนได้ ใน ที่ มือ ของ พระเจ้า**

หนังสือ **เล่มนี้เหมาะสำหรับใคร**

นี้ หนังสือ เป็น สำหรับ:

- คริสเตียน หิว สำหรับ จิตวิญญาณ ความลึก และ เชื่อฟัง ศรัทธา
- ผู้ศรัทธา มวยปล้ำ กับ ล่าช้า ยอมแพ้ หรือ แยก ความต้องการ
- คริสตจักร ผู้นำ การอบรมสั่งสอน คนอื่น ใน ชีวิตจริง ศาสนาคริสต์
- ใหม่ ผู้เชื่อ กำลังมองหา แท้ นางแบบ ของ อาศัยอยู่ ศรัทธา
- ผู้อ่าน WHO ต้องการ พระคัมภีร์ **สมัครแล้ว** , ไม่ เพียงแค่ อธิบาย

หนังสือเล่มนี้เขียนขึ้นสำหรับผู้เชื่อทุกคน โดยวางใจในพระวิญญาณบริสุทธิ์ที่จะทรงนำ ความจริงมาปรับใช้กับชีวิตส่วนตัว ตาม ถึง แต่ละ ผู้อ่าน การเดินทาง.

เดอะ สัญญา ของ นี้ หนังสือ

นี้ หนังสือ คำสัญญา ถึง:

- ปลุกให้ตื่น จิตวิญญาณ ความหิว
- เผชิญหน้า ครึ่งๆ กลางๆ การเชื่อฟัง
- เสริมความแข็งแกร่ง ศรัทธา ผ่าน ซื่อสัตย์ คำให้การ
- ลึกซึ้งยิ่งขึ้น รัก สำหรับ พระคัมภีร์
- สร้างแรงบันดาลใจ เอ ชีวิต ที่ หมี มองเห็นได้ ผลไม้
- อุปกรณ์ ผู้อ่าน ถึง สด เช่น ทูต ของ พระคริสต์

มัน ทำ **ไม่** สัญญา ปลอบโยน ปราศจาก เปลี่ยน.

มัน คำสัญญา **การเปลี่ยนแปลง ผ่าน ยอมจำนน** ชา โลม!

เศคาริยาห์ ก็อดส์อีเกิ้ล; แอมบี โม อ็อกเบ; C. พันธกิจนกอินทรีของพระเจ้า

Ladi Ogbe

https://www.otakada.org

ambassador@otakada.org

การอุทิศตน

Tของเขา หนังสือ เป็น อุทิศ ถึง ทั้งหมด วิญญาณ พระเจ้า ปฏิเสธ ถึง ละทิ้ง.

ถึง เหล่านั้น WHO เชื่อ ยาว ก่อน พวกเขา เชื่อฟังแล้ว เหล่านั้น WHO รัก พระเจ้า แต่ มวยปล้ำ กับ ยอม จำนน เหล่านั้น WHO รู้ ที่ ความจริง ยัง ล่าช้า การจัดเรียง

ถึง เหล่านั้น ของใคร การเดินทาง มี เป็น ช้า, ที่ซับซ้อน, และ อย่างลึกซึ้ง โต้แย้ง กัน งาน เป็น อุทิศ ถึง

ผู้เชื่อ WHO เป็น นิ่ง สิ่งมีชีวิต เขียนไว้-

ชีวิตของพวกเขาอาจยังไม่สมบูรณ์แบบ แต่ก็ยังยอมจำนน

ศรัทธาของพวกเขาอาจยังไม่สมบูรณ์ แต่ก็ยังแน่วแน่

เรื่องราวของเขายังไม่จบ แต่ได้มอบถวายแด่พระเจ้าอย่างซื่อสัตย์ เหนือสิ่งอื่นใด

ทั้งหมด, นี้ หนังสือ เป็น อุทิศ ถึง ที่ ความรุ่งโรจน์ ของ พระเจ้า,

WHO ไล่ตาม ที่ เดินเตร่ไปมา เผชิญหน้า ที่ ทรงต้านทาน ทรง

ซ่อมแซมสิ่งที่แตกหัก และทรงทำให้งานที่พระองค์ทรงเริ่มต้นสำเร็จลุล่วง

ขอให้ทุกชีวิตที่ได้อ่านหนังสือเล่มนี้ เป็น

พยานที่ชัดเจนยิ่งขึ้นถึงพระคริสต์

เอ จริงกว่า การสะท้อน ของ พระคุณ

และจดหมายที่มีชีวิต—

เขียนไว้ โดย ที่ วิญญาณ ของ ที่ การดำรงชีวิต พระเจ้า.

คำขอบคุณ

Tของเขา งาน ยืน บน ศักดิ์สิทธิ์ พื้น รูปทรง โดย พระคัมภีร์ ประวัติศาสตร์, การอธิษฐาน และการเชื่อฟัง อันดับแรก และ เสมอ, ทั้งหมด ให้เกียรติ และ ความกตัญญู เป็นของ ถึง พระเจ้า— ผู้เขียน เกี่ยวกับชีวิต ความจริง และการเปลี่ยนแปลง หากปราศจากพระวิญญาณของพระองค์ ก็จะไม่มีการเปิดเผย หากปราศจากพระคุณของพระองค์ ก็จะไม่มีการกลับใจ หากปราศจากความอดทนของพระองค์ ก็จะไม่มีงานที่สำเร็จ หนังสือเล่ม นี้ มีอยู่ เพราะ พระเจ้า ต่อเนื่อง ถึง เขียน บน มนุษย์ หัวใจ และ ปฏิเสธ ละทิ้งงานที่พระหัตถ์ของพระองค์ทรงสร้าง

เราขอเชิดชูพยานอันยั่งยืนของ **ออกัสตินแห่งฮิปโป** ผู้ซึ่งมีความซื่อสัตย์ ก่อน พระเจ้า และ ที่ คริสตจักร ต่อเนื่อง ถึง สั่งสอน นักโทษ, และ รักษามา หลายศตวรรษ ภายหลัง. ของเขา ความเต็มใจ ถึง สารภาพ ความอ่อนแอ ค่อนข้าง กว่า ภัณฑารักษ์ ความเข้มแข็งนี้ ได้มอบพยานหลักฐานแก่ศาสนจักร ซึ่งยังคงมีความสำคัญอย่างยิ่งในทุก ยุคทุก สมัย

เราขอขอบคุณสำหรับการอนุรักษ์ *หนังสือสารภาพบาป ของออกัสติน* และขอขอบคุณคนรุ่นต่อๆ มา ของ ผู้ศรัทธา นักวิชาการ นักแปล บาทหลวง และ ครู WHO ได้ปกป้องไว้ ที่ พระคัมภีร์ และ ด้วยความภักดี ผ่าน ลง ที่ คริสเตียน พยาน เรา ยืน ไม่ เช่น นักประดิษฐ์ ของ ความจริง, แต่ เช่น พนักงานต้อนรับ ของ เอ ศักดิ์สิทธิ์ มรดก

นี้ หนังสือ เป็น อีกด้วย รูปทรง โดย ที่ มองไม่เห็น แรงงาน ของ ที่ โบสถ์—โดย ที่ปรึกษาที่ สอน การเชื่อฟัง ค่อนข้าง กว่า เสียงปรบมือ โดย ผู้นำ WHO แบบจำลอง ความซื่อสัตย์ ภายใต้ ความดัน, โดย ชุมชน ที่ มีค่า การก่อตัว เกิน ผลงาน, และ โดย ผู้วิงวอน ของใคร คำอธิษฐาน เป็น เป็นที่รู้จัก เท่านั้น ถึง พระเจ้า.

ในที่สุด, เรา รับทราบ ทั้งหมด ผู้อ่าน WHO จะ หมั้น เหล่านี้ หน้า ไม่ เป็น เนื้อหา ถึง บริโภค, แต่ เช่น เอ เรียก ถึง ตอบกลับ. นี้ หนังสือ เป็น ไม่สมบูรณ์ โดยปราศจาก คุณ การเชื่อฟัง ของมัน จริง ผลไม้ จะ ไม่ เป็น วัด ใน หน้า อ่าน, แต่ ใน ชีวิตสอดคล้องกัน นิสัย เปลี่ยน, และ พระคริสต์ ทำ มองเห็นได้ ผ่าน ซื่อสัตย์ พยาน.

อาจ พระเจ้า รับ ที่ ความรุ่งโรจน์ สำหรับ อะไร เขา ตามลำพัง สามารถ เขียน.

คำนำ

T เขา คริสเตียน ศรัทธา มี ไม่เคย เป็น ยั่งยืน โดย ความคิด ตามลำพัง.

มัน มี เสมอ เป็น เก็บรักษาไว้ ผ่าน **ชีวิต** .

จากอับราฮัมที่ละทิ้งความคุ้นเคย จนถึงโมเสสที่แบกรับภาระหนัก ของ เอ ประเทศชาติ ถึง พอล การแสดงออก ที่ พระกิตติคุณ เขา ครั้งหนึ่ง คัดค้าน พระเจ้า พระองค์ทรงเลือกที่จะเปิดเผยพระองค์เองไม่เพียงแต่ผ่านทางการเปิดเผยเป็นลายลักษณ์อักษรเท่านั้น แต่ยังผ่านทางการ **ทรงสำแดง พระองค์เองด้วย การเชื่อฟัง** พระคัมภีร์เปิดเผยความจริง ชีวิตเป็นเครื่องพิสูจน์มัน. หลักคำสอน สั่งสอน; พยาน โน้มน้าวใจได้

ในทุกยุคทุกสมัย คริสตจักรเผชิญกับอันตรายเงียบๆ เดียวกัน นั่นคือ การเชื่อว่าการเห็นด้วยกับความจริงเท่ากับการยอมจำนนต่อความจริงนั้น เราอยู่ในยุคที่เข้าถึงพระคัมภีร์ ศาสนศาสตร์ และเนื้อหาคริสเตียนได้อย่างที่ไม่เคยมีมาก่อน แต่ในขณะเดียวกัน เราก็อยู่ในยุคที่ผลที่เห็นได้ ชัด ความอดทนทางจิตวิญญาณ และความเชื่อที่เชื่อฟังนั้นหายากขึ้นเรื่อยๆ ความท้าทายในยุคปัจจุบันไม่ใช่ความไม่รู้ความจริง แต่ **เป็นการต่อต้านการอบรม** สั่งสอน

เดอะ *การดำรงชีวิต จดหมาย* ชุด มีอยู่ เพราะ ที่ พระคัมภีร์ ตัวมันเอง ยืนยัน ที่ ผู้เชื่อ คือ ไม่ เพียงแค่ ผู้อ่าน ของ พระคัมภีร์ แต่ **ของมัน ภาคต่อ** —จดหมาย เขียนไว้ ไม่ใช่กับ หมึก, แต่ กับ ที่ วิญญาณ ของ ที่ การดำรงชีวิต พระเจ้า, เป็นที่รู้จัก และ อ่าน โดย ทั้งหมด ผู้คนทั้งหลาย ศาสนาคริสต์ไม่ได้มีไว้ให้ชื่นชมจากระยะไกล แต่มีไว้ให้ **สัมผัสด้วยตาตนเอง ผ่านการทดสอบแล้ว และ ตีความ ผ่าน ชีวิต** .

ออกัสตินแห่งฮิปโป เป็น ตัวอย่างที่ชัดเจนและซื่อสัตย์ที่สุดอย่างหนึ่งของความเป็นจริงนี้ ชีวิตของเขาไม่ได้เรียบร้อยหรือเป็นเส้นตรง มันเป็นชีวิตที่เปิดเผย เต็มไปด้วยความขัดแย้ง และเต็ม ไปด้วยความคิด ฉลาดหลักแหลม, ศีลธรรม แยก, อย่างลึกซึ้ง บาป อย่างแท้จริง สำนึกผิด และในที่สุด ยอมจำนน ออกัสติน ทำ ไม่ ภัณฑารักษ์ เอ คำให้การ; เขา **สารภาพ ชีวิตหนึ่งของ** เขา เขาไม่ได้ปกปิดความล้มเหลวของตน แต่เขานำความล้มเหลวเหล่านั้นมาวางไว้ต่อหน้าพระเจ้า เพื่อที่ผู้อื่นจะได้รับการเยียวยา ตักเตือน และเสริมสร้างความเข้มแข็ง

เล่มนี้เป็นเล่มแรกของ *ชุดหนังสือภาวนา 40 วัน "จดหมายแห่งชีวิต"* ด้วย ความตั้งใจแน่วแน่ การตัดสินลงโทษ: การเป็นศิษย์ เป็น เร่งความเร็ว เมื่อไร ผู้เชื่อ ดู ยังไง ความจริงคือ อาศัยอยู่ **ภายใต้ ความดัน ,** **เกิน เวลา , ผ่าน ล่าช้า , ใน ความล้มเหลว ,** และ **โดย พระคุณ**

ของออกัสติน เรื่องราว พิสูจน์ ที่ การเปลี่ยนแปลง เป็น บ่อยครั้ง ช้าลง กว่า เรา คาดหวังได้เลยว่ามันยุ่งยากซับซ้อนกว่าที่เราต้องการ และเรียกร้องมากกว่าแค่ความเชื่อ แต่ก็มีอะไรมากกว่านั้นอีก มาก ยั่งยืน

หนังสือเล่มนี้เขียนขึ้นสำหรับคริสตจักรที่ต้องฟื้นฟูไม่เพียงแต่สิ่งที่ตนเชื่อเท่านั้น แต่ยังรวม **ถึงวิถีชีวิต**ด้วย

ผู้อ่าน ทบทวน

"T ของเขา หนังสือ แปลง ออกัสติน จาก เอ ไกลออกไป ศาสนศาสตร์ ยักษ์ เข้าไป ใน เพื่อน ผู้แสวงบุญ ของใคร การต่อสู้ดิ้นรน ความล่าช้า และ ยอมแพ้ รู้สึก โดดเด่น ทันสมัย. มัน เป็น ทั้งคู่ น่าเศร้า และ เปี่ยม ด้วยความหวัง "

"เป็นการผสมผสานที่หาได้ยากระหว่างชีวประวัติ พระคัมภีร์ และการพัฒนาทางจิตวิญญาณ หนังสือเล่มนี้ไม่เพียงแต่ให้ความรู้แก่จิตใจเท่านั้น แต่ยังค่อยๆ แทรกซึม เข้าไปในหัวใจอย่างลึกซึ้ง"

"การดำรงชีวิต จดหมาย คำเชิญ ที่ ผู้อ่าน ถึง หยุด การสังเกต ศรัทธา จาก ลด ระยะห่างและเริ่มใช้ชีวิตอย่างเปิดเผย ความซื่อสัตย์ของออกัสตินกลายเป็นประตูสู่ ความเป็นส่วนตัว การสำนึกผิด และ การต่ออายุ"

"งานเขียนชิ้นนี้เตือนใจเราว่า คำพยานที่ยิ่งใหญ่ที่สุดของพระเจ้าไม่ได้ ถูกขัดเกลาจนสวยงาม" ชีวิต, แต่ ได้ผลผลิต หนึ่ง. ของออกัสติน เรื่องราว เป็น จัดการแล้ว กับ ความเคารพ ความลึกซึ้ง และ ฝ่ายอภิบาล ภูมิปัญญา."

*"มากกว่า กว่า เอ **40** วัน เพื่อการภาวนา นี้ หนังสือ เป็น เอ ยั่งยืน การเผชิญหน้ากับพระคุณ— พระคุณที่ติดตาม รอคอย เผชิญหน้า และท้ายที่สุด ก็เปลี่ยนแปลงทุกสิ่ง"*

การแนะนำ

"Yอู เป็น ของเรา จดหมาย, เขียนไว้ ใน ของเรา หัวใจ เป็นที่รู้จัก และ อ่าน โดย ทั้งหมด ผู้ชาย"
— 2 ชาวโครินธ์ 3:2

พระเจ้า ไม่เคย ตั้งใจ ของเขา คำ ถึง ยังคง เชิงนามธรรม.

เขา ตั้งใจ มัน ถึง กลายเป็น เนื้อ อีกครั้ง—ผ่าน ของเขา ประชากร.

เดอะ พระคัมภีร์ คือ ไม่ ที่ให้ไว้ เพียงแค่ ถึง แจ้ง ที่ จิตใจ, แต่ ถึง **รูปร่าง ชีวิต** จาก ที่ จุดเริ่มต้น, พระเจ้า ออกแบบ มี เป็น ที่ ของเขา ความจริง จะ เป็น ถ่ายทอดให้เห็นได้อย่างชัดเจนผ่านการเชื่อฟังของมนุษย์—เพื่อให้โลกไม่เพียงแต่ได้ยินสิ่งที่ เกิดขึ้น เท่านั้น จริง, แต่ **ดู อะไร มัน ผลิต**

ชีวิตของออกัสตินแห่งฮิปโปเผยให้เห็นแผนการนี้อย่างชัดเจนอย่างน่าตกใจ
ออกัสตินรู้จักความจริงมานานก่อนที่เขาจะเชื่อฟัง เขารักพระเจ้าก่อนที่เขาจะยอมจำนนต่อพระองค์อย่างสมบูรณ์
เขาสามารถอธิบายหลักคำสอนของคริสเตียนได้ในขณะที่ยังคงต่อต้านการเชื่อฟังแบบคริสเตียน
เรื่องราวของเขาเผยให้เห็นความตึงเครียดที่ผู้เชื่อหลายคนเก็บงำไว้เงียบๆ พก วันนี้: ที่ ช่องว่าง ระหว่าง อะไร เรา สารภาพ และ อะไร เรา ฝึกฝน.

ของออกัสติน การเดินทาง เป็น ไม่ ที่ เรื่องราว ของ เอ ผู้ชาย WHO ขาดแคลน ความรู้. มัน คือ เรื่องราว ของ เอ ผู้ชาย ของใคร **จะ ล่าช้า ด้านหลัง ของเขา** ความ **เชื่อ** ของใคร ความปรารถนา การจัดแนวที่ต้านทาน และ ของใคร ยอมแพ้ มา เท่านั้น หลังจาก ยืดเยื้อ การต่อสู้. พระเจ้า พระองค์ไม่ได้ทอดทิ้งเขาในช่วงที่ล่าช้านั้น แต่กลับติดตามออกัสตินด้วย ความทะเยอทะยาน สติปัญญา ความสำเร็จ, ความล้มเหลว, ความต้องการ, ความอัปยศ, และ การต่อต้าน—จนกระทั่ง พระคริสต์ ทรงเป็น ไม่ เพียงแค่ เชื่อกันว่า แต่ **ก่อตั้ง ภายใน** .

หนังสือเล่มนี้เชิญชวนให้คุณเข้าไปสัมผัสชีวิตของออกัสติน ไม่ใช่ในฐานะผู้เฝ้ามอง
แต่ในฐานะผู้มีส่วนร่วม
มันไม่ได้ขอให้คุณชื่นชมการกลับใจของเขาหรือวิเคราะห์หลักคำสอนของเขาจากระยะห่างที่ปลอดภัย
มันเชิญชวนให้คุณพิจารณาความลังเลใจและความแตกแยกในตัวคุณเอง ความรัก ส่วนตัว การประนีประนอม และ รูปแบบ ของ ความต้านทาน ใน ที่ แสงสว่าง จากพระคัมภีร์และประสบการณ์ชีวิตจริง

เมื่อการอ่านพระคัมภีร์ดำเนินไป จุดสนใจก็จะค่อยๆ เปลี่ยนไป ชีวิตของออกัสตินกลายเป็นเหมือนกระจก และในที่สุดกระจกนั้นก็หันมาทางผู้อ่านอย่างเต็มที่ สุดท้าย ความเคลื่อนไหว ของ นี้ การเดินทาง เป็น โดยเจตนา ใช้ได้จริง และ

กำลังค้นหา—นำเสนอ ทันสมัย สถานการณ์ต่างๆ เงียบ การกระทำ ของ การเชื่อฟัง และช่วงเวลา ของ การตัดสินใจ ที่ไหน ความเชื่อ ต้อง กลายเป็น มองเห็นได้.

คุณ เป็น ไม่ การอ่าน ประวัติศาสตร์ ตามลำพัง.

คุณกำลังอ่านเรื่องราวที่พระเจ้าสามารถกระทำได้กับชีวิตที่ในที่สุดก็ยอมจำนน และ โดย ที่

จบ, คุณ เป็น เลขที่ นานกว่า เท่านั้น เอ ผู้อ่าน

คุณ เป็น ที่ จดหมาย สิ่งมีชีวิต เขียนไว้.

ยังไง ถึง ใช้ นี้ หนังสือ

สำหรับ บุคคล และ กลุ่ม

1. **โดยใช้ นี้ หนังสือ เช่น หนึ่ง รายบุคคล**

นี้ การภาวนา เป็น ไม่ ออกแบบ สำหรับ ความเร็ว, ปริมาณ, หรือ การรวบรวมข้อมูล มันถูกออกแบบมาเพื่อ การ **สร้างองค์ ความรู้**

A. รายวัน จังหวะ (15–30 นาที)

แต่ละ วัน เป็น โครงสร้าง ถึง เป็น อาศัยอยู่ ไม่ รีบร้อน

ที่แนะนำ ไหล:

1. **อ่าน ช้า**

   ทำ ไม่ อ่านแบบผ่านๆ อ่าน เช่น แม้ว่า ที่ ข้อความ เป็น การอ่าน *คุณ* .

2. **เข้า ที่ สถานการณ์**

   ทำ ไม่ วิเคราะห์ มัน.

   จินตนาการ ตัวคุณเอง ใน มัน. อนุญาต มัน พื้นผิว ซื่อสัตย์ ปฏิกิริยา

3. **นั่ง กับ ที่ คำถาม**

   เดอะ คำถาม เป็น ไม่ หมายถึง ถึง เป็น ตอบ อย่างรวดเร็ว

   บางอย่างถูกออกแบบมาให้คงอยู่ได้ทั้งวัน

4. **ฝึกฝน ที่ การกระทำ**

   แต่ละ วัน รวมถึง เอ เล็ก กระทำ ของ การเชื่อฟัง

   ทำ มัน อย่างเงียบๆ ทำ ไม่ ประกาศ มัน. อนุญาต มัน รูปร่าง คุณ.

5. **อธิษฐาน อย่างง่าย**

   เดอะ คำอธิษฐาน เป็น โดยเจตนา ธรรมดา.

   ใช้ พวกเขา เช่น เขียนไว้ หรือ อนุญาต พวกเขา เปิด ของคุณ เป็นเจ้าของ คำ.

B. ท่าทาง สำหรับ รายบุคคล ใช้

- อ่าน **หนึ่ง วัน ต่อ วัน เท่านั้น**
- หลีกเลี่ยง การกระโดด ข้างหน้า, สม่ำเสมอ ถ้า ที่ ต่อไป วัน รู้สึก น่าดึงดูดใจ

- ทำ ไม่ ดู สำหรับ ทางอารมณ์ ประสบการณ์—ดูสิ สำหรับ การจัดเรียง
- วารสาร เท่านั้น อะไร เป็น จำเป็น; การเชื่อฟัง เรื่องต่างๆ มากกว่า กว่า ข้อมูลเชิงลึก

นี้ หนังสือ งาน ดีที่สุด เมื่อไร อ่าน **กับ** การ **ยับยั้งชั่งใจ**

C. เมื่อไร ถึง หยุดชั่วคราว

ถ้า เอ วัน เปิดเผย ความต้านทาน, การตัดสินลงโทษ หรือ ความเหนื่อยล้า:

- อยู่ กับ ที่ วัน สำหรับ หนึ่ง พิเศษ 24–48 ชั่วโมง
- ฝึกฝน ที่ การกระทำ อีกครั้ง
- ทำ ไม่ รีบ การเปลี่ยนแปลง

จิตวิญญาณ การก่อตัว เป็น ไม่ เชิงเส้น

2. โดยใช้ นี้ หนังสือ ใน เอ กลุ่ม การตั้งค่า

นี้ หนังสือ เป็น โดยเจตนา เขียนไว้ ถึง การทำงาน ใน **เล็ก กลุ่มต่างๆ วงศิษย์ กลุ่มผู้นำ และทีมงานพันธ** กิจ

A. ในอุดมคติ กลุ่ม ขนาด

- **4–8 ประชากร** เป็น เหมาะสมที่สุด
- น้อยลง กว่า 4 ขีดจำกัด พยาน
- มากกว่า กว่า 10 ขีดจำกัด ความซื่อสัตย์

นี้ เป็น เอ **การก่อตัว ช่องว่าง ,** ไม่ เอ ห้องเรียน

B. รายสัปดาห์ กลุ่ม จังหวะ (ที่แนะนำ)

ค่อนข้าง กว่า การประชุม รายวัน, กลุ่ม ควร เคลื่อนไหว ที่ เอ **รายสัปดาห์ จังหวะ ที่ แนะนำ โครงสร้าง:**

- 5 การภาวนา วัน ทีละคน (วัน) 1–5)
- 1 กลุ่ม การประชุม ถึง กระบวนการ
- 1 พักผ่อน หรือ ตามให้ทัน วัน

นี้ อนุญาต การเชื่อฟัง ถึง เป็น ฝึกฝน ส่วนตัว และ ประมวลผล ในเชิงองค์กร

C. กลุ่ม การประชุม โครงสร้าง (60–90 นาที)

1. เปิด ความสงบ (5 (นาที) ไม่มีการอัปเดต

ไม่มีการสนทนา เพียงแค่ทำให้ห้องเงียบลง

2. **แชร์ การสะท้อน (30 นาที)**

แต่ละ บุคคล คำตอบ เท่านั้น:

- *อะไร ต่อต้าน ฉัน นี้ สัปดาห์?*
- *อะไร ทำ พระเจ้า พื้นผิว?*

เลขที่ การแก้ไข เลขที่ การสอน

3. **พระคัมภีร์ & การแยกแยะ (20 นาที)**

อ่าน ที่ สำคัญ พระคัมภีร์ ออกเสียงดัง ช้าๆ ถามว่า:

- *อะไร ผลไม้ เป็น กำลังก่อตัว?*
- *อะไร การจัดเรียง เป็น พระเจ้า ถาม สำหรับ?*

4. **การอธิษฐาน & การประกาศ (15 นาที)**

อธิษฐาน สำหรับ การเชื่อฟัง ไม่ ความสบายใจ พูดคุย

ที่ การประกาศ ด้วยกัน.

D. **กลุ่ม กฎ (มาก สำคัญ)**

สำหรับ นี้ หนังสือ ถึง งาน ใน กลุ่มต่างๆ ที่ กำลังติดตาม ต้อง เป็น เห็นด้วย เมื่อ:

- เลขที่ การแก้ไข หนึ่ง อื่น
- เลขที่ การสอน เว้นแต่จะ ได้รับเชิญ
- เลขที่ คำแนะนำ เว้นเสียแต่ว่า ร้องขอ
- เลขที่ การแบ่งปัน ข้างนอก ที่ กลุ่ม
- เลขที่ จิตวิญญาณ การเปรียบเทียบ

นี้ เป็น เอ **ปลอดภัย การก่อตัว สิ่งแวดล้อม** , ไม่ เอ อภิปราย ฟอรัม

3. โดยใช้ นี้ หนังสือ สำหรับ ความเป็นผู้นำ & การเป็นศิษย์

นี้ การภาวนา เป็น โดยเฉพาะ มีประสิทธิภาพ สำหรับ:

- คริสตจักร ความเป็นผู้นำ ทีม
- กระทรวง นักศึกษาฝึกงาน

- กำลังเกิดขึ้นใหม่ ผู้นำ
- เป็นผู้ใหญ่ ผู้เชื่อ เข้าสู่ ใหม่ ความรับผิดชอบ

A. **ความเป็นผู้นำ เน้น**

ผู้นำ ควร จ่าย พิเศษ ความสนใจ ถึง:

- วัน บน อำนาจ, ความเงียบ ความอดทน และ ผลงาน
- สถานการณ์ ที่ เปิดเผย โทนเสียง ควบคุม, และ การมองเห็น
- การกระทำ ที่ จำเป็นต้อง การยับยั้ง ค่อนข้าง กว่า ความคิดริเริ่ม

นี้ หนังสือ แบบฟอร์ม **อักขระ ก่อน ความจุ** .

B. ผู้ประสานงาน บทบาท

ถ้า คุณ เป็น นำหน้า คนอื่น ผ่าน นี้ หนังสือ:

- ทำ ไม่ ครอบงำ การอภิปราย
- แบบอย่าง ช่องโหว่ ปราศจาก การเปิดเผยมากเกินไป
- อนุญาต ความเงียบ
- ปกป้อง ที่ ก้าว

ของคุณ บทบาท เป็น **ผู้พิทักษ์ ของ ที่ สิ่งแวดล้อม** , ไม่ ที่ ผู้เชี่ยวชาญ.

4. อะไร นี้ หนังสือ เป็น — และ เป็น ไม่

นี้ หนังสือ เป็น:

- เอ การก่อตัว การเดินทาง
- เอ การเป็นศิษย์ เครื่องมือ
- เอ กระจกเงา สำหรับ การเชื่อฟัง
- เอ การว่าจ้าง ทรัพยากร

นี้ หนังสือ เป็น ไม่:

- เอ เทววิทยา ตำราเรียน
- เอ แรงจูงใจ การภาวนา
- เอ อ่านเร็ว โปรแกรม
- เอ ขับเคลื่อนด้วยบุคลิกภาพ ศึกษา

มัน เป็น ออกแบบ ถึง **ออกจาก เครื่องหมาย** ไม่ ความประทับใจ

5. เอ สุดท้าย คำ ถึง ผู้อ่าน

ไม่ว่า คุณ เดิน ผ่าน นี้ หนังสือ ตามลำพัง หรือ กับ คนอื่น, ความรับผิดชอบยังคงเหมือนเดิม: คุณ เป็น ไม่ ถาม ถึง ชื่นชม ความจริง.

คุณ เป็น ถาม ถึง **กลายเป็น อ่าน ง่าย ชัดเจน** อ่าน ได้ ช้า.

เชื่อฟัง เงียบๆ

ใช้ชีวิต

อย่างชัดเจน

เดอะ โลก เป็น การอ่าน.

เซนต์ ออกัสติน ของ ฮิปโป (354–430 โฆษณา) - เอ ชีวิต พระเจ้า ปฏิเสธ ถึง ออกจาก ตามลำพัง

เดอะ เต็ม ชื่อ ของ เซนต์ ออกัสติน ของ ฮิปโป เคยเป็น **ออเรลิอุส ออกัสตินัส** (ใน ภาษาละติน) หรือ **ออเรลิอุส ออกัสติ** น เขา เป็น มีชื่อเสียง เป็นที่รู้จัก เช่น ออกัสติน ของ ฮิปโป (ละติน: *ออเรลิอุส ออกัสตินัส ฮิปโปเนนซิส*), มี เสิร์ฟ เช่น ที่ บิชอป ของ ฮิปโป เรเจียส ในแอฟริกาเหนือ ระหว่างปี ค.ศ. 396 ถึง 430

- **การเกิด ชื่อ:** ออเรลิอุส ออกัสตินัส
- **ความสำคัญ:** นักปราชญ์ชาวละตินแห่งศาสนจักร นักปรัชญา และนักปราชญ์ แห่งศาสนจักรคาทอลิก
- **บริบท:** เขา เป็น ได้รับการยอมรับ สำหรับ ของเขา การบริจาค ถึง ศาสนาคริสต์ ตะวันตก และ ปรัชญา, กับ มีชื่อเสียง งาน รวมถึง *หนังสือ Confessions* และ *The City of God* ด้วย

บท หนึ่ง

เด็กที่กระสับกระส่าย แม่ผู้ภาวนา และพระเจ้าผู้ทรง เฝ้ามอง

H อี จะ ภายหลัง กลายเป็น หนึ่ง ของ ที่ ที่สุด มีอิทธิพล คริสเตียน WHO ตลอด กาล แต่ ที่ ที่ จุดเริ่มต้น, **ไม่มีอะไร เกี่ยวกับ ออกัสติน แนะนำ ยอมจำนน** เขา

ฉลาดหลักแหลมก่อนที่จะอ่อนน้อมถ่อมตน

เขาอยากรู้อยากเห็นก่อนที่จะเชื่อฟัง และ

กระสับกระส่าย ยาว ก่อน เขา เคยเป็น ไถ่ถอนแล้ว

ออกัสตินเกิดในปี ค.ศ. 354 ในเมืองเล็กๆ แห่งหนึ่งทางตอนเหนือของแอฟริกา ชื่อว่า... ทากาสเต ใน อะไร เป็น ตอนนี้ ยุคปัจจุบัน แอลจีเรีย เขา เข้า ที่ โลก ไม่ใช่ ในฐานะนักบุญ แต่ในฐานะความขัดแย้ง—เติบโตมาในครอบครัวที่แตกแยกด้วยความเชื่อทางศาสนา ถูกหล่อหลอมโดย เอ แม่ WHO อธิษฐานอย่างไม่ลดละ และ ได้รับอิทธิพล โดย เอ พ่อ WHO ชื่นชมความทะเยอทะยานมากกว่าความศักดิ์สิทธิ์

จาก ของเขา แรกสุด วัน ของออกัสติน หัวใจ เอนตัว ไปทาง *อยากได้ มากกว่านี้* —มากกว่านี้ ความพึงพอใจ, มากกว่า ความรู้, มากกว่า การยอมรับ, มากกว่า เสรีภาพ. แต่ แม้กระทั่ง เช่น เอ เด็ก, บางสิ่งบางอย่าง อื่น เคยเป็น ปัจจุบัน: เอ ลึก, ไม่ระบุชื่อ ความไม่พอใจที่ติดตามเขาไปทุกที่

ต่อมาเขาจะสารภาพว่าของเขา ปัญหาไม่ได้อยู่ที่ความไม่รู้เกี่ยวกับพระเจ้า แต่
ทิศทางผิด รัก .

แต่ ยังไง ทำ เอ เด็ก เรียนรู้ อะไร ถึง รัก?

และ WHO เป็น การขึ้นรูป ของเรา ความปรารถนา ก่อน เรา เป็น สม่ำเสมอ รับรู้ ของ

พวกเขาเหรอ? พวก นี้เหรอ ? คำถาม จะ หลอกหลอน ของออกัสติน ชีวิต.

เอ บ้าน แยก

ออกัสตินเติบโตขึ้นภายใต้การดูแลเอาใจใส่ของ โมนิกาผู้เป็นมารดา— คริสเตียน ผู้หญิง ของใคร ศรัทธา เคยเป็น ไม่ เงียบ, สุภาพ, หรือ ส่วนตัว. เธอ อธิษฐาน กับ น้ำตา. เธอ เชื่อ กับ ความมุ่งมั่น เธอ น่าเชื่อถือ พระเจ้า สำหรับ ของเธอ ลูกชายด้วยซ้ำ เมื่อไร ของเขา ตัวเลือก ดูเหมือนว่า ถึง ขัดแย้ง ทั้งหมด หวัง เธอ จัดขึ้น.

บิดาของเขา แพทริเซียส เป็นคนนอกศาสนา—ทะเยอทะยาน มุ่งมั่นทางสังคม และ ห่วงใยสิ่ง ต่างๆ มากกว่านั้น กับ ของออกัสติน อนาคต ความสำเร็จ กว่า ของเขา อนาคต วิญญาณ. เขา ชื่นชม สติปัญญาของออกัสตินและใฝ่ฝันถึงความก้าวหน้าในสังคมของเขา แต่กลับแสดงความห่วงใยเพียงเล็กน้อย สำหรับ ที่ การก่อตัว ของ ของเขา อักขระ.

สอง เสียง รูปทรง ที่ หนุ่มสาว ออกัสติน:

- หนึ่ง การโทร เขา ขึ้นไปข้างบน ใน ศรัทธา
- เดอะ อื่น การผลักดัน เขา ภายนอก ไปทาง ความสำเร็จ

ระหว่างคนทั้งสอง มีเด็กชายคนหนึ่งเรียนรู้ตั้งแต่ยังเล็กว่า **สติปัญญาสามารถพัฒนาได้เร็วกว่าปัญญา** และความรักต่อพระเจ้าสามารถดำรงอยู่ได้โดยไม่ต้อง เชื่อฟัง พระเจ้า.

ที่ เสียง ทำ เรา ฟัง ถึง เมื่อไร ทั้งคู่ สัญญา เอ อนาคต?

เอ คม จิตใจ และ เอ หลวม หัวใจ

ออกัสตินเรียนเก่งมาก เขาพูดจาคล่องแคล่ว และ ชอบ การโต้แย้ง เขา. ชื่นชม รัฐบาลกลาง เขา. สม่ำเสมอ เช่น เอ เด็ก, เขา ค้นพบ ที่ สติปัญญา อาจได้รับความชื่นชม และความชื่นชมนั้นอาจปกปิดความว่างเปล่าได้

ยัง เคียงข้าง ของเขา เชิงวิชาการ ความสำเร็จ วิ่ง เอ เติบโต ความอยากอาหาร สำหรับ การปล่อยตัวตามใจชอบ ออกัสตินเรียนรู้ตั้งแต่ยังเด็กว่าจะเอาสิ่งที่เขาต้องการได้อย่างไร เพียงเพราะเขาต้องการ มัน คำสารภาพแรกๆ ของเขา—ซึ่งซื่อสัตย์อย่างน่าตกใจ—ไม่ได้เกี่ยวกับความไม่รู้ แต่เกี่ยวกับ *การเพลิดเพลินกับการกระทำผิด* เพื่อตัวมันเอง

ครั้งหนึ่งเขาเคยขโมยผลไม้ ไม่ใช่เพราะหิว แต่เพราะมันเป็น สิ่งต้องห้าม

ทำไม ทำ ที่ มนุษย์ หัวใจ ความต้องการ อะไร มัน รู้ เป็น ผิดเหรอ? ทำไมล่ะ? ทำ ความพึงพอใจ บ่อยครั้ง รู้สึก มากกว่า น่าเชื่อถือ กว่า ความจริง?

นี่ไม่ใช่คำถามโบราณแต่อย่างใด

พวกเขา เป็น มนุษย์ หนึ่ง.

เอ พระเจ้า WHO เคยเป็น ปัจจุบัน แต่ ไม่เป็นที่ต้อนรับ

ออกัสตินได้สัมผัสกับศาสนาคริสต์ตั้งแต่ยังเด็ก เขารู้จักชื่อนั้นอยู่แล้ว ของ พระคริสต์ เขา ได้รับความเคารพ พระคัมภีร์ เขา สม่ำเสมอ ชื่นชม คริสเตียน คุณธรรม จาก ระยะทางหนึ่ง แต่ ความชื่นชม ทำ ไม่ แปล เข้าไปข้างใน ยอมแพ้.

เขา ต้องการความจริง แต่ไม่ต้องการอำนาจ เป็นที่ต้องการ

หมายความว่า—แต่ ไม่ ความยับยั้งชั่งใจ

เขาปรารถนาพระเจ้า แต่ยังไม่ใช่ตอนนี้

ดังนั้น พระเจ้า รออยู่

หรือ หรืออีกนัยหนึ่งคือ พระเจ้า รับชม

และเบื้องหลังทุกการตัดสินใจของออกัสตินนั้น มี การอธิษฐาน อยู่เสมอ แม่, เอ อดทน พระเจ้า, และ เอ เติบโต ความกระสับกระส่าย ที่ เลขที่ ความสำเร็จ อาจทำให้ เงียบลงได้

คำถาม ที่ จะ ไม่ ไป ห่างออกไป

เมื่อชีวิตของออกัสตินดำเนินไป คำถามบางอย่างก็เริ่มตามหลอกหลอนเขา คำถามเหล่านั้นจะกำหนดเส้นทางชีวิตของเขาและในที่สุดก็จะกำหนดทิศทางของ ศาสนจักร:

- ทำไม ทำ เรา ทราบ อะไร เป็น ขวา ยัง เลือก อะไร เป็น ผิด?
- สามารถ ศรัทธา มีอยู่ ปราศจาก การเชื่อฟัง?
- เป็น ความต้องการ ที่ ศัตรู, หรือ เป็น มัน อย่างง่าย ส่งผิดที่หรือเปล่า?
- ทำไม ทำ พระเจ้า อนุญาต ล่าช้า ใน การแปลง?
- สามารถ สติปัญญา กลายเป็น เอ สิ่งกีดขวาง ถึง ยอมแพ้?
- ทำ พระเจ้า ไล่ตาม เรา สม่ำเสมอ เมื่อไร เรา ต้านทาน เขา?
- อะไร เกิดขึ้น เมื่อไร ความจริง เผชิญหน้า ความพึงพอใจ?

เหล่านี้ คำถาม จะ ไม่ เป็น ตอบ ทั้งหมด ที่ ครั้งหนึ่ง.

คำถามเหล่านั้นจะได้รับคำตอบ **วันแล้ววันเล่า** ผ่านความล้มเหลวและ การสารภาพของออกัสติน ของเขา หมุน คะแนน และ ของเขา ในที่สุด การยอมจำนน—ทั่วทุกหนแห่ง ที่ การเดินทาง 40 วัน ที่จะตามมา

เอ ชีวิต ภายใต้ การสังเกต

ที่ นี้ เวที ของ ของเขา ชีวิต, ออกัสติน ทำ ไม่ พิจารณา ตัวเขาเอง สูญหาย.

แต่ สวรรค์ มี เรียบร้อยแล้ว ทำเครื่องหมาย เขา.

เขา จะ ภายหลัง เขียน ที่ พระเจ้า เคยเป็น ใกล้ขึ้น ถึง เขา กว่า `เขา เคยเป็น สำหรับตัวเขาเอง—ปัจจุบัน สม่ำเสมอ เมื่อไร ถูกละเลย ซื่อสัตย์ สม่ำเสมอ เมื่อไร ต่อต้าน

เรื่องราวของออกัสตินไม่ได้เริ่มต้นด้วยการเปลี่ยนใจเชื่อ แต่ เริ่มต้นด้วย

การแสวงหาความ จริง

และ ที่ การไล่ล่า มี เรียบร้อยแล้ว เริ่มต้นแล้ว

คำถาม ถึง พก ซึ่งไปข้างหน้า

ทำ ไม่ คำตอบ เหล่านี้ ยัง. อนุญาต พวกเขา ยังคงอยู่:

- อะไร เสียง รูปทรง ของคุณ แรกสุด ความปรารถนา?
- ที่ไหน ทำ ปัญญา หรือ ความสามารถพิเศษ ขอโทษ การไม่เชื่อฟัง?
- อะไร มี พระเจ้า เป็น อดทน กับ ใน ของคุณ ชีวิต?
- เป็น ของคุณ หัวใจ กระสับกระส่าย—และ ถ้า ดังนั้น, ทำไม

เหล่านี้ คำถาม จะ พบปะ ของพวกเขา คำตอบ เช่น ที่ การเดินทาง คลี่คลายออกมา

บท สอง

การล่อลวงของความสำเร็จและการปลูกฝังความปรารถนา

A ออกัสติน เรียนรู้ แต่แรก ที่ **ความสำเร็จ สามารถ รู้สึก ชอบ** ความ **รอด** เช่น เขา เติบโตขึ้น ของเขา ความฉลาดเฉลียว กลายเป็น ปฏิเสธไม่ได้ ครู ได้รับการยกย่อง เขา เพื่อนร่วมงานต่างอิจฉาเขา โอกาสเปิดกว้างต่อหน้าเขา ในโลกที่ ความก้าวหน้าเป็นสิ่งสำคัญ ขึ้นอยู่กับ บน วาทศิลป์ และ การโน้มน้าวใจ ของออกัสติน ของขวัญ กับ คำพูด ทำให้เขาโดดเด่น

และ กับ ทั้งหมด ความสำเร็จ มา การเสริมแรง:

คุณ เป็น ยอดเยี่ยม คุณ เป็น ลิขิตไว้ สำหรับ มากกว่า.

แต่ มากกว่า ของ *อะไร* ?

ที่ คำถาม เคยเป็น ไม่เคย ถาม ออกเสียงดังๆ—เพราะ ความสำเร็จ ทำ ไม่ เชิญชวนให้มีการสอบสวน มันเป็นการให้รางวัลแก่ความก้าวหน้า

ความทะเยอทะยาน เช่น เอ ทดแทน สำหรับ กำลังโทร

การศึกษาของออกัสตินพาเขาจากบ้านเกิดไปยัง เมืองใหญ่ เวทีที่กว้างขวางกว่า และเสียงปรบมือที่ดังกว่า เขาเชี่ยวชาญด้านวาทศิลป์ ศิลปะแห่งการพูด การโน้มน้าวใจ ที่ งานฝีมือ ของ ปรากฏ ฉลาด. เขา เรียนรู้ ยังไง ถึง เคลื่อนไหว ฝูงชน วิธี ชนะ ข้อโต้แย้ง ยังไง ถึง เสียง น่าเชื่อถือ—แม้กระทั่ง เมื่อไร ความจริง เคยเป็น ไม่แน่นอน

สิ่งที่เขาไม่ได้เรียนรู้คือวิธีการควบคุมความปรารถนา

โลกกลับให้รางวัลแก่พรสวรรค์ของเขา

หัวใจของเขาตอบสนองต่อแรงกระตุ้นของเขา

และพระเจ้าผู้ทรงอดทนก็ทรงเฝ้าดูอยู่

เป็น มัน เป็นไปได้ สำหรับ เอ ของขวัญ ถึง ก้าวหน้า เร็วขึ้น กว่า ตัวละคร?

สามารถ ความสำเร็จ กลายเป็น เอ ที่หลบภัย จาก ตัดสินลงโทษ?

ออกัสติน จะ ภายหลัง คำตอบ เหล่านี้ คำถาม อย่างเจ็บปวด

เดอะ เงียบ การก่อตัว ของ เอ แยก วิญญาณ

ในช่วงหลายปีที่ผ่านมา ชีวิตของออกัสตินแบ่งออกเป็นสองส่วน ในที่สาธารณะ เขา... เคยเป็น มีระเบียบวินัย เป็นที่ชื่นชม และ น่าสนใจ. ส่วนตัวแล้ว เขา ตามใจ ความปรารถนา ซึ่ง ขัดแย้งกับทุกสิ่งที่เขาอ้างว่าให้ความสำคัญ

เขา ทำ ไม่ ดู นี้ เช่น ความเสแสร้ง

เขาเห็นว่ามันเป็น เรื่อง **ปกติ**

ท้ายที่สุดแล้ว ผู้คนจำนวนมากก็ใช้ชีวิตแบบนี้ คือประสบความสำเร็จในเวลากลางวัน และปล่อยตัวตามใจในเวลากลางคืน อะไร สำคัญ เขา เชื่อกันว่า เคยเป็น ในที่สุด เจตนา. หนึ่ง วัน เขา จะเปลี่ยนแปลงไป หนึ่ง วัน เขา จะ เป็น ดีกว่า. หนึ่ง วัน เขา จะ ส่ง เต็มที่ ถึง พระเจ้า.

แค่ ไม่ ยัง.

ทำไม ทำ "ภายหลัง" รู้สึก ดังนั้น มีเหตุผล เมื่อไร การเชื่อฟัง รู้สึก แพงเหรอ? ทำไมล่ะ? ทำ

เรา สมมติ เวลา จะ ทำ ยอมแพ้ ง่ายขึ้น?

ของออกัสติน ล่าช้า เคยเป็น ไม่ การกบฏ—มัน เคยเป็น การเจรจาต่อรอง

เอ ศรัทธา ที่ สามารถ รอ

ออกัสติน เชื่อ ใน พระเจ้า.

พระ คริสต์ ชื่นชม พระคัมภีร์

แต่ ความเชื่อ ปราศจาก การเชื่อฟัง สร้าง หนึ่ง ภาพลวงตา ของ ความปลอดภัย.

ต่อมาเขาจะสารภาพว่าเขากลัวความบริสุทธิ์มากกว่ากลัว บาป—ไม่ใช่ เพราะ เขา สงสัย พระเจ้า โอ้พระเจ้า แต่ เพราะ เขา สงสัย ของเขา ความเต็มใจที่จะเปลี่ยนแปลง ของตนเอง

เขา อธิษฐาน—แต่ อย่างระมัดระวัง

เขารับฟัง

แต่เลือกฟังเฉพาะบางส่วนเท่านั้น

เขายอมเลื่อนการเชื่อฟังออกไป เพราะมั่นใจว่าตนเองยังคงควบคุมสถานการณ์ได้

แต่การควบคุมนั้นเป็นเพียงชั่วคราวเสมอ

เดอะ ความต้องการ ที่ กลายเป็น เอ ผู้เชี่ยวชาญ

เมื่อชีวิตของออกัสตินดำเนินไป ความลุ่มหลงของเขาก็เพิ่มมากขึ้น ความปรารถนาที่เคยได้รับการตอบสนองก็กลายเป็นความต้องการที่มากขึ้น สิ่งที่เริ่มต้นด้วยทางเลือกค่อยๆ

กลายเป็นนิสัย สิ่งที่เริ่มต้นด้วยอิสรภาพก็แข็งตัวกลายเป็นการพึ่งพา

เขา รัก ลึกซึ้ง—แต่ ไม่ อย่างชาญฉลาด

เขาให้คำมั่นสัญญา แต่ยังไม่เต็มที่

เขา ปรารถนา สำหรับ ความใกล้ชิด—แต่ ต่อต้าน ความรับผิดชอบ

ความปรารถนาสัญญาว่าจะให้ความพึงพอใจ

แต่ กลับกลายเป็นว่า... มัน กระชับ

ของมัน การจับยึด

ความสุขจะหยุดเป็นประโยชน์ต่อเราและเริ่มครอบงำเราเมื่อใด?

เราจะแยกแยะความรักออกจากความหลงใหลได้อย่างไร?

เหล่านี้ คือ คำถาม ออกัสติน สามารถ ไม่ ยัง ใบหน้า.

เอ แม่ WHO จะ ไม่ หยุด การอธิษฐาน

ทั้งหมด เดอะ ในขณะที่, โมนิกา อธิษฐาน

เธอ อธิษฐานท่ามกลางความผิดหวัง อธิษฐาน ผ่าน

ความอับอาย

เธอ อธิษฐาน ผ่าน สาธารณะ ความสำเร็จ และ ส่วนตัว ความล้มเหลว.

เธอเฝ้ามองลูกชายของเธอประสบความสำเร็จในชีวิต แต่กลับเสื่อมถอยลงในด้านนิสัย และเธอก็ยังคงเชื่อว่าพระเจ้ายังคงทรงกำหนดชะตาชีวิตของเขาอยู่

ทางจิตวิญญาณ นั้นหมายความว่าอย่างไร กำลังลอยอยู่หรือเปล่า?

การอธิษฐานจะได้ผลอย่างไรเมื่อไม่มีการเปลี่ยนแปลงที่เห็นได้ชัด?

โมนิก้าไม่รู้คำตอบ

เธอ น่าเชื่อถือ ที่ ผู้เขียน.

เอ ชีวิต การย้าย ก้าวไปข้างหน้า—และ การหยุดชะงัก ภายใน

ภายนอก ออกัสติน เคยเป็น กำลังก้าวหน้า

ภายในใจ เขา เคยเป็น ติดอยู่.

ของเขา จิตใจ แข่ง ข้างหน้า ของ ของเขา หัวใจ. ของเขา ชื่อเสียง แซงหน้า ของเขา การเชื่อฟัง ของเขา อนาคต มอง สว่างไสว—แต่ ของเขา วิญญาณ รู้สึก เพิ่มมากขึ้นเรื่อยๆ มืด.

และท่ามกลางเสียงแห่งความสำเร็จ ความกระวนกระวายก็กลับมาอีกครั้ง ไม่ใช่ เสียงดัง.

อย่างต่อเนื่อง

เอ คำถาม เริ่มต้น ถึง พื้นผิว—เงียบสงบ แต่ ไม่ย่อท้อ:

เป็น นี้ ทั้งหมด ที่นั่น เป็น?

คำถาม ที่ จะ รูปร่าง เดอะ การเดินทาง ข้างหน้า

ทำ ไม่ รีบ ถึง คำตอบ เหล่านี้:

- สามารถ ความทะเยอทะยาน อยู่ร่วมกัน กับ ยอมแพ้?
- ที่ อะไร จุด ทำ ล่าช้า กลายเป็น การไม่เชื่อฟัง?
- เหตุใดพระเจ้าจึงทรงอนุญาตให้ความสำเร็จดำเนินต่อไปได้ ทั้งที่จิตใจ ไม่บริสุทธิ์?
- เป็น ความต้องการ ความชั่วร้าย, หรือ อย่างง่าย ขาดระเบียบวินัย?
- ยังไง ยาว จะ พระเจ้า รอ ก่อน เขา เข้ามาแทรกแซง?

เหล่านี้ คำถาม จะ ติดตาม ออกัสติน—และ พวกเขา จะ ติดตาม พวกเรา—เข้าไปหา ถัด ไป บทต่างๆ

อะไร เป็น มา ต่อไป

ออกัสติน เป็น เกี่ยวกับ ถึง เผชิญ:

- เอ ความเชื่อ ระบบ ที่ รู้สึก สติปัญญา เหนือกว่า
- เอ ปรัชญา ที่ คำสัญญา ความชัดเจน ปราศจาก การสำนึกผิด
- เอ เวอร์ชั่น ของ ศรัทธา ที่ ลบออก ที่ ความไม่สบายใจ ของ การเชื่อฟัง

และ เขา จะ โอบกอด มัน.

ไม่ เพราะ มัน เป็น จริง—แต่ เพราะ มัน เป็น สะดวก.

คำถาม ถึง พก ซึ่งไปข้างหน้า

- ที่ไหน มี ความสำเร็จ ทื่อ ของคุณ ความรู้สึก ของ ความเร่งด่วน ไปทาง พระเจ้า?
- อะไร การเชื่อฟัง มี คุณ เลื่อนออกไป เพราะ "ภายหลัง" รู้สึก ปลอดภัยขึ้นไหม?
- WHO เป็น การอธิษฐาน สำหรับ คุณ—และ เป็น คุณ การฟัง?

เดอะ เรื่องราว เรื่องราวยังคงดำเนินต่อไป

บท สาม

เอ ศาสนา ที่ รู้สึกปลื้มใจ จิตใจได้รับการยกเว้น และหัวใจก็ได้รับการยกเว้น

A ออกัสติน ทำ ไม่ ละทิ้ง พระเจ้า.

เขา **นิยามใหม่ เขา** .

เมื่อความทะเยอทะยานไม่สมหวังและความสุขไม่นำมาซึ่งผลลัพธ์ที่ต้องการ ออกัสตินจึงหันไปหาความเชื่อทางศาสนาที่ให้คำมั่นสัญญาว่าจะมอบสิ่งที่มีเสน่ห์ดึงดูดใจอย่างลึกซึ้ง: *ความจริง ปราศจาก* การ *เปลี่ยนแปลง*

มัน ทำ ไม่ ความต้องการ การสำนึกผิด

ไม่ได้เผชิญหน้ากับความปรารถนา

มัน ทำ ไม่ เรียก สำหรับ ยอมแพ้

ฟังดูฉลาดดี

มัน รู้สึก มีเหตุผล.

และ มัน อนุญาต เขา ถึง ยังคง ใน การควบคุม

ดังนั้นออกัสตินจึงยอมรับมัน

เมื่อไร ความเชื่อ กลายเป็น เอ ซ่อนตัว สถานที่

ระบบที่ออกัสตินนำมาใช้นั้นอ้างว่าสามารถอธิบายปัญหาของความชั่วร้าย ได้ เอ ทาง ที่ โล่งใจ ส่วนตัว ความรับผิดชอบ. ผิด เคยเป็น เลขที่ นานกว่า เป็นสิ่งที่ ต้องสำนึกผิด เป็นสิ่งที่ต้องอธิบาย ความล้มเหลวไม่ใช่เรื่องศีลธรรมอีกต่อไป แต่เป็น เรื่องเหนือธรรมชาติ

ภายใต้กรอบความคิดนี้ ออกัสตินยังคงสามารถพูดถึงแสงสว่างและความมืด ความจริงได้ และ ข้อผิดพลาด, ดี และ ความชั่วร้าย—โดยปราศจาก การเผชิญหน้า ของเขา เป็นเจ้าของ จะ.

มันทำให้เขามีภาษาโดยปราศจากอำนาจปกครอง

มีปัญญาโดยปราศจากการเชื่อฟัง

ศาสนา ปราศจาก การสำนึกผิด
ทำไม เป็น ความเชื่อ ระบบ ที่สุด มีเสน่ห์ เมื่อไร พวกเขา ปกป้อง เรา จาก เปลี่ยน?

บ่อยแค่ไหนที่เรามักจะเลือกความคิดที่ไม่เปลี่ยนแปลงนิสัยของเรา? ออกัสตินรู้สึกโล่งใจ

แต่ การบรรเทา เป็น ไม่ ที่ เดียวกัน เช่น เสรีภาพ.

ปัญญาชน ความเหนือกว่า ปราศจาก ความสงบ ภายใน

ช่วงหนึ่ง ออกัสตินรู้สึกพึงพอใจ เขาเชื่อว่าเขาได้พบสิ่งที่ *ดียิ่ง* กว่าความเชื่อแบบง่ายๆ ในวัยเด็กของเขา—บางสิ่งที่ประณีตกว่า มีเหตุผลกว่า และก้าวหน้ากว่า

เขา ถกเถียงกัน ด้วยความมั่นใจ

เขาได้สอนผู้อื่น

เขา รู้สึก ตรัสรู้แล้ว

ยัง ภายในใจ ที่ ความกระสับกระส่าย ยืนหยัดต่อไป

เดอะ ความเชื่อ เขา โอบกอด สามารถ คำตอบ คำถาม เกี่ยวกับ ที่ จักรวาล, แต่พวกเขาไม่สามารถทำให้เสียงภายในใจของเขาเงียบลงได้ พวกเขาอาจอธิบายความชั่วร้ายได้ แต่พวกเขาไม่สามารถ... ไม่ รักษา ความต้องการ. พวกเขา สามารถ อธิบาย ความจริง, แต่ พวกเขา สามารถ ไม่ ก่อให้เกิด การเปลี่ยนแปลง

เหตุใดความเข้าใจจึงไม่นำไปสู่การเปลี่ยนแปลงเสมอไป?

เหตุใดความชัดเจนจึงสามารถอยู่ร่วมกับการถูกจองจำได้อย่างแนบเนี

ยน?

ออกัสติน เริ่มต้น ถึง ความรู้สึก ที่ ความขัดแย้ง—แต่ ต่อต้าน การตั้งชื่อ มัน.

เดอะ ค่าใช้จ่าย ของ เอ ศรัทธา ที่ ข้อเรียกร้อง ไม่มีอะไร

เกิน เวลา, รอยแตก ปรากฏขึ้น.

เดอะ ผู้นำ ออกัสติน ชื่นชม สามารถ ไม่ คำตอบ ที่ ลึกกว่า คำถาม เขา ถาม ความมั่นใจของพวกเขาลดลงเมื่อถูกตรวจสอบอย่างละเอียด คำอธิบายของพวกเขานั้นฟังดู น่าประทับใจ แต่ พังทลาย เมื่อไร กด.

สิ่งที่น่ากังวลที่สุดก็คือ ระบบที่สัญญาว่าจะปลดปล่อยเขานั้น กลับไม่ได้ทำให้เขาเป็นอิสระ ฟรี.

ของเขา นิสัย ยังคงอยู่

ของเขา ภายใน ขัดแย้ง ยังคงอยู่

ความตั้งใจที่แตกแยกของเขายังคงอยู่

และ ช้า, ออกัสติน ที่ตระหนักรู้ บางสิ่งบางอย่าง น่ากังวลใจ:

ระบบความเชื่อที่ไม่เคยท้าทายความปรารถนา ในที่สุดก็จะปกป้องความปรารถนานั้น ไว้ มัน

เป็นไปได้ สำหรับ ศาสนา ถึง กลายเป็น เอ ที่พักพิง สำหรับ การไม่เชื่อฟัง?

สามารถ ศรัทธา กลายเป็น เอ ทาง ของ การหลีกเลี่ยง พระเจ้า ค่อนข้าง กว่า การเผชิญหน้า เขา?

เอ ของแม่ ศรัทธา และ เอ ลูกชาย ความต้านทาน

ตลอดทั้ง เหล่านี้ ปี, โมนิก้า รับชม

เธอ ทำ ไม่ อภิปราย ของเธอ ลูกชาย ปรัชญา เธอ อธิษฐาน

เธอ ร้องไห้ เกิน ของเขา ความเย่อหยิ่ง

เธอเชื่อมั่นในจังหวะเวลาของพระเจ้า

เธอ เคยเป็น เตือน โดย คริสตจักร ผู้นำ ไม่ ถึง โต้แย้ง กับ เขา แต่ ถึง อนุญาต พระเจ้าทรงประสงค์จะทรงกระทำ และเธอก็รอคอยด้วยความโศกเศร้า ความหวัง และความเชื่อมั่นว่าพระเจ้าผู้ทรงทำเครื่องหมายไว้ จะทรงกระทำ ของเธอ ลูกชาย จะ ไม่ ละทิ้ง เขา ถึง ความจริงเพียงครึ่งเดียว

อะไร ทำ ศรัทธา ดู ชอบ เมื่อไร คำตอบ เป็น ล่าช้าเหรอ? นานแค่ไหน? ทำ

การวิงวอน ยืนหยัด เมื่อไร เปลี่ยน เป็น ช้าเหรอ?

โมนิกาเชื่อในสิ่งที่ออกัสตินยังยอมรับไม่ได้ นั่นคือ

พระเจ้าไม่ทรงถูกคุกคามจากทางอ้อม

เดอะ ช้า การแตกสลาย ของ ความมั่นใจ ที่ผิดพลาด

ในท้ายที่สุด, เดอะ ความเชื่อ ระบบ ออกัสติน น่าเชื่อถือ เริ่มต้น ถึง คลี่คลายลง คำสัญญาแห่งปัญญาที่เคยให้ไว้ไม่ทำให้เขาพึงพอใจอีกต่อไป ผู้นำที่เขาชื่นชมกลับทำให้เขาผิดหวัง เขา. เดอะ คำอธิบาย ที่ ครั้งหนึ่ง ประทับใจ เขา รู้สึก บาง.

และที่แย่ที่สุดคือ ความว่างเปล่ากลับมาอีกครั้ง ไม่ใช่ อย่างมาก
อย่างต่อเนื่อง
ออกัสตินเติบโตเกินกว่าที่หลบภัยของเขาแล้ว
ความจริงเริ่มคืบคลานเข้ามาใกล้

คำถาม ที่ เริ่ม ถึง เผา

ทำ ไม่ คำตอบ เหล่านี้ ยัง:

- คุณเคยยึดมั่นในความเชื่อใดบ้าง เพราะความเชื่อเหล่านั้นแทบไม่ต้องเปลี่ยนแปลงอะไรเลย?
- ที่ไหน มี ความรู้ ถูกแทนที่ การเชื่อฟัง?
- มี คุณ เคย ใช้แล้ว เทววิทยา ถึง พิสูจน์ ล่าช้า?
- อะไร เกิดขึ้น เมื่อไร ที่ ระบบ เรา เชื่อมั่น เริ่ม ถึง ล้มเหลว?

เหล่านี้ คำถาม จะ ไม่ ออกจาก ออกัสติน ตามลำพัง.
พวกเขา จะ ขับ เขา ไปทาง เอ การเผชิญหน้า เขา ไม่สามารถ หลีกเลี่ยง.

อะไร เป็น มา ต่อไป

ออกัสติน เป็น เกี่ยวกับ ถึง เผชิญ:

- เอ รูปร่าง ของ ศาสนาคริสต์ ที่ มีส่วนร่วม ที่ จิตใจ ปราศจาก การยกเว้น หัวใจ
- ครู WHO รวมกัน ความอ่อนน้อมถ่อมตน กับ ปัญญา
- เอ ความจริง ที่ เลขที่ นานกว่า อนุญาต เขา ถึง ซ่อน ด้านหลัง ข้อโต้แย้ง และ เมื่อไร

ความจริง กลายเป็น หลีกเลี่ยงไม่ได้ บางสิ่งบางอย่าง ต้อง ให้.

คำถาม ถึง พก ซึ่งไปข้างหน้า

- เป็น ของคุณ ศรัทธา การเผชิญหน้า คุณ—หรือ สบายใจ คุณ?
- อะไร จะ การเชื่อฟัง ค่าใช้จ่าย คุณ ขวา ตอนนี้?
- ถ้า พระเจ้า ถาม สำหรับ ทุกอย่าง, จะ คุณ ความล่าช้า—หรือ ผลผลิต?

เดอะ การเดินทาง เรื่องราวยังคงดำเนินต่อไป

บท สี่

เมื่อความจริงใกล้เข้ามา แต่ เจตจำนงกลับต่อต้าน

By ที่ เวลา ออกัสติน ถึง นี้ ฤดูกาล ของ ของเขา ชีวิต, **ความไม่รู้ เคยเป็น ไม่ใช่ทางเลือกอีกต่อไป** แล้ว เดอะ ความเชื่อ ระบบ ที่ ครั้งหนึ่ง การป้องกัน เขา มี พังทลายลง เดอะ ความมั่นใจที่พวกเขามี เสนอ มี สึกกร่อน เดอะ คำอธิบาย ที่ ครั้งหนึ่ง ประทับใจ เขา ตอนนี้ รู้สึกว่างเปล่า สิ่งที่เหลืออยู่คือชายคนหนึ่งที่ถูกเปิดเผยตัวตน—ฉลาด มีความสามารถ ได้รับความเคารพ และมีความขัดแย้งภายในใจ

ความจริง เคยเป็น เลขที่ ระยะทาง ที่ไกลขึ้น

มัน เคยเป็น **ใกล้ เพียงพอ ถึง ความต้องการ เอ การตอบสนอง**

และ ความใกล้ชิดนั้นทำให้เขารู้สึกไม่สบายใจ

เมื่อไร ข้อแก้ตัว สูญเสีย ของพวกเขา พลัง

ออกัสตินเชื่อมาโดยตลอดว่า การต่อต้านเกิดจาก ความไม่แน่นอน หากความจริงปรากฏชัดเจนเพียงพอ เขาคิดว่าการเชื่อฟังจะตามมาเอง โดยธรรมชาติ

แต่ ตอนนี้ ความชัดเจน มี มาถึงแล้ว—และ การเชื่อฟัง มี ไม่.

เขา เข้าใจแล้ว ศาสนาคริสต์ ดีกว่า กว่า เคย ก่อน. เขา สามารถ พูดจาฉะฉาน ข้อกล่าวอ้าง ของมัน เขา สามารถ ปกป้อง ของมัน ความสอดคล้อง เขา สามารถ สม่ำเสมอ ชื่นชม ของมัน ความงาม.

แต่ความชื่นชมไม่ได้นำไปสู่การยอมจำนน ทำไม ทำ ความเข้าใจ

ล้มเหลว ถึง เคลื่อนไหว ที่ จะ?

เหตุใดความจริงจึงน่ากลัวเมื่อมันดูน่าเชื่อถือมากขึ้น? ออกัสตินกำลังค้นพบบางสิ่งที่เจ็บปวด:

ที่ อุปสรรค เคยเป็น ไม่ ที่ จำไว้ว่า—มัน เคยเป็น ที่ หัวใจ.

เดอะ การเกิดขึ้น ของ เอ แยก จะ

ภายในเมืองออกัสติน ความปรารถนาสองอย่างต่อสู้กันอย่างเปิดเผย หนึ่ง ต้องการ

พระเจ้า—ความบริสุทธิ์ ความสมบูรณ์ พักผ่อน, ความจริง

การควบคุมที่ปรารถนาอีกอย่างหนึ่งคือ ความสุข ความคุ้นเคย และการหน่วงเวลา

เขา เป็นที่ต้องการ เสรีภาพ, แต่ ไม่ ที่ ที่ ค่าใช้จ่าย ของ เปลี่ยน.

เขาต้องการความสงบสุข แต่ไม่ใช่ด้วยการละทิ้งระเบียบวินัย

เขาต้องการพระเจ้า แต่ยังไม่ต้องการอย่างเต็มที่

นี้ แผนก เหนื่อย เขา.

เขา ภายหลัง อธิบาย มัน เช่น สิ่งมีชีวิต ดึง ใน ตรงข้าม ทิศทาง โดย พินัยกรรมสองฉบับ—ฉบับหนึ่ง เพิ่มขึ้น ไปทาง พระเจ้า, ที่ อื่น การยึดติด ถึง นิสัย.

เหตุใดจิตวิญญาณจึงต่อต้านสิ่งที่รู้ว่าจะเยียวยาตนเอง?

เหตุใดบางครั้งการถูกจองจำจึงรู้สึกปลอดภัยกว่าอิสรภาพ?

เอ ศรัทธา ที่ ตอนนี้ รู้สึก หนีไม่พ้น

ศาสนาคริสต์ไม่ได้เป็นเพียงความทรงจำในวัยเด็กหรือทางเลือกทางศีลธรรมอีกต่อไปแล้ว

มันปรากฏต่อหน้าออกัสตินในฐานะภาพแห่งความเป็นจริงที่สมบูรณ์แบบ—ภาพที่อธิบายไม่เพียง แต่โลกเท่านั้น แต่ยังรวมถึงความขัดแย้งภายในใจของเขาด้วย

มันเรียกบาปว่า ไม่ใช่ความไม่รู้ แต่เป็นความรักที่ ผิดเพี้ยน ชื่อ พระคุณ—ไม่ใช่

เช่น ข้อมูล, แต่ เช่น พลัง.

มัน ชื่อ ยอมแพ้—ไม่ใช่ เช่น การสูญเสีย, แต่ เช่น ชีวิต

และนั่นแหละคือปัญหา

ศาสนาคริสต์ ทำ ไม่ อนุญาต ออกัสติน ถึง ยังคง แบ่งแยก

มันเรียกร้องทุกสิ่งทุกอย่างจากเขา

เดอะ การอธิษฐาน ที่ เปิดเผย ทุกอย่าง

ในหนึ่งในห้วงเวลาที่ซื่อสัตย์ที่สุดในชีวิตของเขา ออกัสตินได้สวดภาวนาซึ่งเผยให้เห็นถึงความตึงเครียดภายในตัวเขา

เขาขอความบริสุทธิ์จาก พระเจ้า ถาม

พระเจ้า สำหรับ ความศักดิ์สิทธิ์

เขาขอพรจากพระเจ้าให้เปลี่ยนแปลงชีวิต เขา

จากนั้นเขาก็เพิ่มเงื่อนไขเข้าไปด้วย

ไม่ ยัง.

นี้ เคยเป็น ไม่ การเยาะเย้ย

มัน เคยเป็น กลัว.

เขา เชื่อ พระเจ้า สามารถ เปลี่ยน เขา.

เขา เคยเป็น ไม่ แน่นอน เขา เป็นที่ต้องการ ถึง เป็น เปลี่ยน.

ยังไง มากมาย คำอธิษฐาน เสียง ศักดิ์สิทธิ์ แต่ ซ่อน ความลังเล? อย่างไร

บ่อยครั้ง ทำ เรา ถาม พระเจ้า ถึง ลงมือทำ—อย่างช้าๆ อย่างปลอดภัย ภายหลัง?

ของออกัสติน การอธิษฐาน เปิดเผย อะไร ล่าช้า อย่างแท้จริง เป็น:

ไม่ ความสับสน แต่ ความลังเลใจ

ของพระเจ้า กลยุทธ์: ความดัน ปราศจาก บังคับ

พระเจ้า ทำ ไม่ การเขียนทับ ของออกัสติน จะ.

แต่พระองค์กลับยิ่งทำให้ความขัดแย้งภายในรุนแรง ขึ้น

ความกระสับกระส่าย เติบโต คมชัดขึ้น

เดอะ ความสุข หมองลง

เดอะ สิ่งรบกวน อ่อนแอ.

พระเจ้า ลบออก ที่ ปลอบโยน จาก ล่าช้า ปราศจาก การลบ อิสรภาพ ของออกัสติน

เหตุใดพระเจ้าจึงทรงยอมให้เกิดความตึงเครียดแทนที่จะทรงช่วยเหลือโดยทันที?

ถ้าหากความไม่สงบเป็นส่วนหนึ่งของพระเมตตาของพระองค์ล่ะ?

ออกัสติน เคยเป็น สิ่งมีชีวิต ถูกต้อนจนมุม—ไม่ใช่ โดย ภัยคุกคาม, แต่ โดย ความจริง.

เอ ชีวิต ปราศจาก ซ่อนตัว สถานที่

สำหรับ เดอะ อันดับแรก เวลา, ออกัสติน ที่ตระหนักรู้ เขา มี ไม่มีที่ไหนเลย ซ้าย ถึง การถอยทัพ

ปรัชญา มี ล้มเหลว เขา.

ศาสนา ปราศจาก การสำนึกผิด มี ที่ผิดหวัง เขา ไม่พอใจความสำเร็จ

ล่าช้า มี ไม่ ได้รับการคุ้มครอง เขา.

ทั้งหมด ที่ ยังคงอยู่ เคยเป็น เอ คำถาม เขา สามารถ เลขที่ นานกว่า หลีกเลี่ยง:

จะ คุณ ผลผลิต?

ไม่ ในท้ายที่สุด.

ไม่ สักวันหนึ่ง

ตอนนี้.

และ ออกัสติน ตัวสั่น.

คำถาม ที่ ต้อง เป็น ขนส่ง ซึ่งไปข้างหน้า

ทำ ไม่ แก้ไขปัญหา เหล่านี้ ยัง:

- อะไร ความจริง เป็น คุณ มั่นใจ ของ แต่ นิ่ง ต่อต้าน?
- ที่ไหน มี ความชัดเจน เพิ่มขึ้น แต่ ความกล้าหาญ ไม่ ติดตามอยู่หรือเปล่า?
- อะไร จะ เต็ม การเชื่อฟัง ค่าใช้จ่าย คุณ?
- เป็น คุณ การล่าช้า เพราะ คุณ สงสัย พระเจ้า—หรือ เพราะ คุณ กลัว การเปลี่ยนแปลงใช่ไหม?

เหล่านี้ คำถาม จะ ไม่ ออกจาก ออกัสติน ตามลำพัง.

พวกเขา เป็น การขับรถ เขา ไปทาง เอ ช่วงเวลา ที่ จะ หยุดพัก ที่ ภาวะชะงักงัน

อะไร เป็น มา ต่อไป

ออกัสติน เป็น กำลังเข้าใกล้ เอ วิกฤต—ไม่ใช่ ของ ความเชื่อ แต่ ของ จะ.
เร็วๆ นี้:

- เดอะ ภายใน การต่อสู้ จะ เข้าถึง ของมัน จุดสูงสุด
- พระเจ้า จะ ขัดจังหวะ ของเขา ความต้านทาน
- พระคัมภีร์ จะ เผชิญหน้า เขา โดยตรง
- เอ เสียง จะ เรียก เขา ถึง เลือก

เดอะ ต่อไป บท จะ เครื่องหมาย **ที่ ทรุด ของ ล่าช้า .**

บท ห้า

หยิบไปอ่าน: เมื่อการต่อต้านพัง ทลายลง

A ออกัสติน มี ถึง ที่ จบ ของ ล่าช้า.

ไม่ เพราะ ของเขา คำถาม คือ ตอบ แล้ว แต่ เพราะ ของเขา

ข้อแก้ตัว คือ เหนื่อย.

การต่อสู้ภายในใจของเขาเริ่มทนไม่ไหวแล้ว ความจริงกดดันจากด้านหนึ่ง นิสัยดึงรั้งจากอีกด้านหนึ่ง เจตจำนงของเขาแตกสลายภายใต้น้ำหนักของความรู้ที่ได้มา อะไร ถึง ทำ และ สิ่งมีชีวิต ไม่สามารถ ถึง ทำ มัน.

เขา ทำ ไม่ รู้สึก กล้าหาญมาก

เขารู้สึกว่า **ตัวเองตกอยู่ใน**

อันตราย

เดอะ สงคราม ข้างใน เดอะ วิญญาณ

ออกัสตินปลีกตัวไปที่สวน ไม่ใช่เพื่อสวดภาวนาอย่างสงบ แต่เพื่อต่อสู้กับอารมณ์ของตัวเองอย่างรุนแรง อารมณ์ของเขาพลุ่งพล่าน ความคิดของเขาวิ่งพล่าน หัวใจของเขาแตก สลาย

เขาต้องการพระเจ้า เขา

เป็นที่ต้องการ เปลี่ยน.

เขา เป็นที่ต้องการ อิสรภาพ

แต่เขากลัวการสูญเสีย

เขาร้องไห้—ไม่ใช่น้ำตาแห่งความสำนึกผิด แต่เป็นน้ำตาแห่งความเหนื่อยล้า ความตึงเครียด ของ แผนก มี ถึง ของมัน ขีดจำกัด เขา สามารถ เลขที่ นานกว่า แกล้งทำ ที่ ความล่าช้าคือ ภูมิปัญญา. เขา สามารถ เลขที่ นานกว่า แกล้งทำ ที่ ความต้านทาน เคยเป็น ความปลอดภัย.

ทำไมการยอมแพ้จึงรู้สึกเหมือนความตายก่อนที่จะรู้สึกเหมือนชีวิต? ทำไม ทำ

การเชื่อฟัง น่าหวาดกลัว เรา เมื่อไร มัน คำสัญญา การรักษา?

ออกัสติน ร้องไห้ ออกไป—ไม่ใช่ กับ ขัดเงา การอธิษฐาน แต่ กับ ดิบ ความสิ้นหวัง

เดอะ ช่วงเวลา พระเจ้า ถูกขัดจังหวะ

ใน เดอะ ท่ามกลาง ของ ของเขา ความวุ่นวาย บางสิ่งบางอย่าง ไม่คาดคิด เกิดขึ้น.

ออกัสติน ได้ยิน เอ เสียง. ไม่ใช่.

ฟ้าร้อง.

ไม่ หลักคำสอน

ไม่ การโต้แย้ง.

เอ เรียบง่าย เสียง—เหมือน ที่ ของ เอ เด็ก—เรียก ออก ซ้ำๆ:

"เอา และ อ่าน. เอา และ อ่าน."

ที่ อันดับแรก, เขา แข็งตัว.

เขา สามารถ ไม่ การเรียกคืน ใดๆ เด็ก เล่น ใกล้เคียง. เดอะ เสียง ทำ ไม่ มันอธิบายตัวเองได้ ไม่ได้โต้แย้ง ไม่ได้โน้มน้าว

มัน ได้รับคำสั่ง

ทำไมบางครั้งพระเจ้าจึงตรัสโดยไม่ให้คำอธิบาย?

จะเกิดอะไรขึ้นเมื่อความจริงไม่ยอมเจรจาอีกต่อไป?

ออกัสติน หยุด ร้องไห้ เขา ยืนอยู่ เขา ไป ถึง ที่ไหน ที่ พระคัมภีร์คือ เก็บไว้.

เมื่อไร พระคัมภีร์ กลายเป็น เอ คำตัดสิน

เขา เปิดแล้ว เดอะ หนังสือ—ไม่ใช่ แบบสุ่ม แต่ ด่วน.

ของเขา ดวงตา ล้ม เมื่อ คำ ที่ รู้สึก น้อย ชอบ คำแนะนำ และ มากกว่า เหมือนกับการตัดสิน—ไม่ใช่การประณาม แต่เป็นการให้ความกระจ่าง

เดอะ ทางเดิน พูด โดยตรง ถึง ของเขา เงื่อนไข. มัน ชื่อ ของเขา การต่อสู้. มัน เปิดเผย ของเขา ล่าช้า. มัน เผชิญหน้า ของเขา นิสัย มัน เสนอ เลขที่ ประนีประนอม.

และ ใน ที่ ช่วงเวลา, บางสิ่งบางอย่าง ข้างใน เขา พัง. ไม่ใช่. ค่อยๆ.

ไม่ อย่างสุภาพ

อย่างสมบูรณ์

เจตจำนงที่แตกแยกพังทลายลง การต่อต้านสูญเสียอำนาจ การต่อสู้อันยาวนานสิ้นสุดลง ไม่ใช่เพราะออกัสตินเข้มแข็งขึ้นในที่สุด แต่เพราะ **พระคุณของพระเจ้ามีชัย ของเขา ความอ่อนแอ** .

จะเกิดอะไรขึ้นเมื่อพระวจนะของพระเจ้าหยุดให้ข้อมูลและเริ่ม เปลี่ยนแปลงชีวิต?

ทำไม ทำ พระคัมภีร์ โจมตี ลึกที่สุด เมื่อไร ที่ หัวใจ เป็น พร้อม ถึง ผลผลิต?

เดอะ จบ ของ "ไม่ ยัง"

ออกัสติน ทำ ไม่ รู้สึก ดอกไม้ไฟ.

เขา รู้สึก ปล่อย.

เดอะ ความเครียด ที่ มี ถูกทรมาน เขา ละลายแล้ว เดอะ โซ่ เขา หวาดกลัว ถึง ความสูญเสียได้หายไป การเชื่อฟังที่เขากลัวกลับกลายเป็นไปได้ ไม่ใช่ด้วยความพยายาม แต่ ด้วย ยอมแพ้.

เขา ทำ ไม่ โต้แย้ง อีกต่อไปแล้ว เขา ทำ

ไม่ ล่าช้า อีกต่อไป.

เขา ทำ ไม่ ต่อรอง อีกต่อไปแล้ว เขา

ได้ผลผลิตแล้ว

และเมื่อเขายอมจำนน เขาก็ได้พบสิ่งที่เขาใฝ่หามาตลอด นั่นคือ การพักผ่อน

เมื่อไร เกรซ ในที่สุด มี เข้าถึง

ต่อมาออกัสตินได้บรรยายช่วงเวลานี้ว่าไม่ใช่ความสูญเสีย แต่เป็นการตรัสรู้ มัน เคยเป็น เช่น แม้ว่า แสงสว่าง น้ำท่วม เอ มืดลง ห้อง—ไม่ใช่ ค่อยเป็นค่อยไป แต่ ทันที

ของเขา ความปรารถนา

จัดเรียงใหม่แล้ว

เจตจำนงของเขาสอดคล้องกัน

ของเขา หัวใจ พักผ่อนแล้ว

พระคุณไม่ได้เพียงแค่ให้อภัยเขาเท่านั้น แต่ ยัง

ปลดปล่อย เขา ให้เป็นอิสระด้วย

เหตุใดพระคุณจึงต้องอาศัยการยอมจำนนก่อนจึงจะรู้สึกได้ว่าเป็นพระคุณ?

เหตุใดพระเจ้าจึงรอจนกว่าเจตจำนงจะยอมจำนน?

เหล่านี้ คำตอบ จะ แฉ ใน ของออกัสติน ชีวิต—แต่ ที่ การตัดสินใจ เคยเป็น สุดท้าย.

คำถาม ที่ เครื่องหมาย เดอะ การหมุน จุด

นั่ง กับ เหล่านี้:

- อะไร เป็น พระเจ้า ถาม คุณ ถึง หยุด กำลังเลื่อนเวลาอยู่หรือเปล่า?
- อะไร "ไม่ ยัง" มี กลายเป็น การไม่เชื่อฟัง?
- อะไร จะ ทรุด ใน ของคุณ ชีวิต ถ้า คุณ ได้ผลผลิต เต็มที่เลยเหรอ?
- เป็น คุณ เต็มใจ ถึง เชื่อฟัง ปราศจาก ความเข้าใจ ทุกอย่าง?

ออกัสติน ทำ ไม่ เข้าใจ ทุกอย่างเลย เขา เชื่อฟัง

อะไร เป็น มา ต่อไป

การแปลง เคยเป็น ไม่ ที่ จบ ของ ของออกัสติน การเดินทาง.

มัน เคยเป็น ที่ จุดเริ่มต้น ของ:

- การสละสิทธิ์
- สาธารณะ การเชื่อฟัง
- ราคาแพง ความอ่อนน้อมถ่อมตน
- ตลอดชีวิต การก่อตัว

เดอะ ต่อไป บท จะ แสดง เรา อะไร เกิดขึ้น **หลังจาก ยอมแพ้** , เมื่อไร พระคุณเริ่มต้นขึ้น ถึง ปรับเปลี่ยนรูปร่าง เอ ชีวิต ใน สาธารณะ ดู.

บท หก

ถูกฝังและถูกชุบชีวิต: การเชื่อฟัง หลังวิกฤต

S ยอมจำนน จบแล้ว ที่ สงคราม.

แต่ มัน เริ่มต้น ที่ งาน.

เช้าวันรุ่งขึ้น ออกัสตินไม่ได้ตื่นขึ้นมาในฐานะคนที่สมบูรณ์แบบ พระคุณได้เปลี่ยนแปลงทุกอย่างแล้ว ของเขา หัวใจ, แต่ ของเขา ชีวิต นิ่ง จำเป็น ถึง เป็น ปรับโครงสร้างใหม่แล้ว เดอะ โซ่ ได้ล้มลงแล้ว ยัง ที่ นิสัย มี ถึง เป็น ไม่ได้รับการศึกษา เดอะ จะ มี ได้ผลลัพธ์ แต่ บัดนี้ การเชื่อฟังต้องแสดงออกผ่านการกระทำแล้ว

การแปลง เคยเป็น ไม่ หนึ่ง ทางอารมณ์ จุดสูงสุด—มัน เคยเป็น เอ **ทิศทาง เปลี่ยน** .

เดอะ เงียบ หลังจาก เดอะ พายุ

หลังวิกฤตการณ์ในสวน ออกัสตินได้ประสบกับสิ่งที่ไม่คุ้นเคย: ความเงียบ. ไม่ ความว่างเปล่า แต่ ความสงบ. ไม่ ความสับสน แต่ ความชัดเจน เสียง ที่ มี ครั้งหนึ่ง ได้แย้ง ภายใน เขา เลขที่ นานกว่า เข้าแข่งขัน

นี้ เงียบสงบ เคยเป็น ไม่ เปราะบาง

มันถูกยึดไว้

ยัง ความสงบ ทำ ไม่ ลบ ความรับผิดชอบ.

เหตุใดพระเจ้าจึงประทานความมั่นใจก่อนการมอบหมายงาน?

เหตุใดการพักผ่อนจึงมาก่อนการจัดระเบียบใหม่?

ในไม่ช้า ออกัสติน ก็จะ ค้นพบ ว่า พระคุณ ไม่ ได้ เร่งให้เกิด การเปลี่ยนแปลง แต่เป็นการ **หยั่งรากลึก ในการเปลี่ยนแปลง** ต่างหาก

การสละสิทธิ์ ก่อน ชื่อเสียง

หนึ่ง ของ ออกัสติน อันดับแรก การกระทำ ของ การเชื่อฟัง เคยเป็น ไม่ สาธารณะ เขาเทศนาสั่งสอนผู้อื่น แต่ในชีวิตส่วนตัวเขาละทิ้งทุกอย่าง เขาก้าวออกจากความทะเยอทะยานที่เคย กำหนดตัวตน ของเขา เขา. เขา คลายออก ของเขา การจับ บน ความสัมพันธ์ ที่ สามารถ ไม่ อยู่ร่วมกัน ด้วย ความภักดีใหม่ของเขา

นี่ไม่ใช่การตัดสินใจเล็กๆ น้อยๆ มันเป็นการตัดสินใจที่มีค่าใช้จ่ายสูง แก้ไขไม่ได้ และเป็นสิ่งที่คนเข้าใจผิด

เขา ทำ ไม่ พิสูจน์ ตัว เขา เอง ทำ ไม่

อธิบาย ตัว เขา เอง เชื่อฟัง

การเชื่อฟังเมื่อไม่มีใครปรบมือให้ มีลักษณะอย่างไร ? ทำ เรา อนุญาต ไป ของ

อนาคต เรา ครั้งหนึ่ง วางแผนไว้แล้วใช่ไหม?

ออกัสติน เลือก ความซื่อสัตย์ เกิน ความคุ้นเคย

ฝัง และ ที่ยกขึ้น

พิธีบัพติศมา ติดตาม—ไม่ใช่ เช่น พิธีกรรม แต่ เช่น คำประกาศ มัน ทำเครื่องหมาย สาธารณชน การฝังศพ ของ ที่ เก่า ชีวิต และ ที่ การเกิดขึ้น ของ เอ ใหม่ หนึ่ง.

ออกัสติน ทำ ไม่ รักษา พิธีบัพติศมา เช่น สัญลักษณ์ ตามลำพัง. เขา เข้าใจแล้ว มัน ในฐานะการมีส่วนร่วม—การตายร่วมกับพระคริสต์ การมีชีวิตอยู่ในพระคริสต์ และการรับผิดชอบต่อพระคริสต์

เขา เคยเป็น เลขที่ นานกว่า ของเขา เป็นเจ้าของ.

ทำไม ทำ การเชื่อฟัง บ่อยครั้ง จำเป็นต้อง สาธารณะ พยาน?

อะไร เกิดขึ้น เมื่อไร ศรัทธา การเคลื่อนไหว จาก ส่วนตัว การตัดสินลงโทษ ถึง แสดงให้เห็นถึง ความมุ่งมั่นอย่างชัดเจน?

สติ นไม่ได้ทำให้การเปลี่ยนแปลงของเขาเสร็จสมบูรณ์ **ถูกเปิดเผย มัน ถึง ที่ โลก .**

เอ ใหม่ ความสัมพันธ์ กับ ความต้องการ

พระคุณไม่ได้ลบล้างความปรารถนาของออกัสติน แต่ได้เปลี่ยนทิศทางความปรารถนานั้นไป มัน.

จากความปรารถนาที่เคยครอบงำ บัดนี้มันกลับรับใช้ความรักที่สูงส่งกว่า จาก ความสุขที่เคยครอบงำ จุดมุ่งหมายก็ปรากฏขึ้น จากนิสัยที่เคยควบคุม ความมีระเบียบวินัย เริ่มก่อตัวขึ้น

นี่ไม่ใช่ความสมบูรณ์แบบในทันที แต่

มันคือความรักที่ได้รับการปรับปรุงใหม่

ทำไม ทำ พระเจ้า แปลง ความต้องการ ค่อนข้าง กว่า ทำลาย มัน?

แล้วถ้าหากความศักดิ์สิทธิ์ไม่ใช่การปราศจากความปรารถนา แต่เป็นการจัดระเบียบความรักอย่างถูกต้องล่ะ?

เหล่านี้ คำถาม จะ กำหนด ของออกัสติน ศาสนศาสตร์—และ ของเขา ชีวิต.

การเชื่อฟัง ปราศจาก เอ แผนงาน

ออกัสติน ทำ ไม่ ยัง ทราบ อะไร ของเขา อนาคต จัดขึ้น. เขา ทำ ไม่ เขารู้ว่าตนเองจะได้เป็นบิชอป นักศาสนศาสตร์ และครูผู้สอนแก่คนรุ่นต่อๆ ไป เขารู้เพียงแต่ว่าตนเองเป็นของพระเจ้า

และ ที่ เคยเป็น เพียงพอ.

ทำไม ทำ พระเจ้า เปิดเผย ทิศทาง เท่านั้น หลังจาก ยอมแพ้?

เหตุใดความชัดเจนจึงมักเกิดขึ้นหลังจากความเชื่อฟัง มากกว่าที่จะเกิดขึ้นก่อน?

นักบุญออกัสตินได้เรียนรู้สิ่งที่สาวกทุกคนต้องเรียนรู้:

การเชื่อฟัง มา อันดับแรก; ความเข้าใจ ตามมา

คำถาม สำหรับ เดอะ การเดินทาง ข้างหน้า

ทำ ไม่ รีบ เหล่านี้:

- อะไร มี พระคุณ ปล่อยตัว คุณ จาก ที่ นิ่ง กำหนดให้มี การลงโทษ?
- อะไร ความทะเยอทะยาน ต้อง เป็น สละสิทธิ์ ถึง ติดตาม พระคริสต์ เต็มที่เลยเหรอ?
- ที่ไหน เป็น พระเจ้า การโทร สำหรับ สาธารณะ การเชื่อฟัง?
- เป็น คุณ เต็มใจ ถึง เชื่อฟัง ปราศจาก การรู้ ที่ ผลลัพธ์?

เหล่านี้ คำถาม จะ พื้นผิวใหม่ ตลอดทั้ง ที่ 40 วัน การเดินทาง.

อะไร เป็น มา ต่อไป

ชีวิตของออกัสตินกำลังจะเปลี่ยนจากช่วงการฝึกฝนส่วนตัวไปสู่ ความรับผิดชอบ ต่อสาธารณะ

เดอะ ต่อไป บท จะ เปิดเผย:

- เอ เรียก ออกัสติน ทำ ไม่ แสวงหา
- อำนาจ เขา ทำ ไม่ ความต้องการ
- เอ บทบาท ที่ ที่จำเป็น ความอ่อนน้อมถ่อมตน ไม่ ความทะเยอทะยาน

เกรซ จะ ตอนนี้ รูปร่าง เขา ไม่ แค่ เช่น เอ ผู้ศรัทธา แต่ เช่น เอ **คนรับใช้ ของ คนอื่น** .

บท เจ็ด

ถูกเรียกโดยไม่ได้ร้องขอ: เมื่อ พระเจ้า การขัดจังหวะ ของเรา แผนการ

A ออกัสติน ทำ ไม่ ถาม ถึง ตะกั่ว.

เขาเสียสละชีวิตของตนเอง ไม่ได้สมัครใจเพื่อความโดดเด่น เขาปรารถนา เงียบ การเชื่อฟัง ไม่ สาธารณะ ความรับผิดชอบ. หลังจาก ปี ของ ความทะเยอทะยาน, เขาปรารถนา สำหรับ การซ่อนเร้น—เพื่อ การเรียนรู้, สำหรับ การลงโทษ, สำหรับ เอ ศรัทธา ฝึกฝน ห่างจาก เสียงปรบมือ

แต่ พระเจ้า มี อื่น แผนการ

และ พวกเขา มาถึงแล้ว ปราศจาก การปรึกษาหารือ

เมื่อไร พระเจ้า การโทร อะไร เรา ทำ ไม่ เสนอ

ออกัสติน ตั้งใจ ถึง สด เอ ชีวิต ของ รอบคอบ ความศรัทธา เขา เขาแสวงหาชุมชน พระคัมภีร์ การอธิษฐาน และการไตร่ตรองอย่างมีระเบียบวินัย เขาพอใจที่จะเติบโตอย่างช้าๆ เป็นส่วนตัว และด้วยความศรัทธา

แล้ว ที่ คริสตจักร สังเกตเห็น เขา

ไม่ใช่ความเก่งกาจในอดีตของเขา

ไม่ ของเขา ความทะเยอทะยาน ในอดีต

แต่ ที่ น้ำหนัก ของ พระคุณ ตอนนี้ พักผ่อน บน เขา.

ท่ามกลางการรวมตัวของผู้เชื่อที่รายล้อมไปด้วยความคาดหวังและความต้องการ นักบุญออกัสติน ได้รับการเรียกให้รับใช้ในงานศาสนาอย่างเป็นทางการ การเรียกนั้นเกิดขึ้นอย่างกะทันหัน และเป็นช่วงเวลาที่น่าตื่นเต้นอย่างยิ่ง เดอะ ความรับผิดชอบ เคยเป็น หลีกเลี่ยงไม่ได้

ทำไม ทำ พระเจ้า บ่อยครั้ง เรียก เรา ที่ไหน เรา รู้สึก น้อยที่สุด พร้อมหรือยัง? ทำไม ?

ทำ เขา มอบหมาย อำนาจ ถึง เหล่านั้น WHO ทำ ไม่ แสวงหา อะไรนะ? ออกัสติน

ต่อต้าน—ไม่ใช่ ออก ของ กบฏ, แต่ ออก ของ กลัว.

เดอะ ความอ่อนน้อมถ่อมตน ที่ มา หลังจาก ยอมแพ้

นี้ กำลังโทร ทำ ไม่ ประจบประแจง ออกัสติน

มัน หวาดกลัว เขา.

เขา ร้องไห้ เปิดเผย—ไม่ใช่ จาก เท็จ ความอ่อนน้อมถ่อมตน แต่ จาก เอ ลึก การรับรู้ ความอ่อนแอ เขาเข้าใจว่าความเป็นผู้นำต้องการอะไร เขารู้ถึงต้นทุนของการนำทาง วิญญาณ เมื่อไร หนึ่ง เป็นเจ้าของ วิญญาณ มี เท่านั้น ล่าสุด เป็น หายดีแล้ว

ยัง ที่ เรียก ยังคงอยู่

พระเจ้าไม่ได้ทรงขอให้ออกัสตินพึ่งพากำลังของตนเอง แต่

ทรงขอให้เขาพึ่งพาพระคุณของพระองค์

อะไร ถ้า ความลังเล เป็น ไม่ เอ การตัดสิทธิ์ แต่ การเตรียมตัว? อะไรนะ ? ถ้า กลัว

เปิดเผย ความร้ายแรง ค่อนข้าง กว่า ความล้มเหลว?

เอ ใหม่ ใจดี ของ อำนาจ

ออกัสติน อำนาจ ทำ ไม่ มา จาก ความมั่นใจ.

มัน มา จาก คำสารภาพ

เขาไม่ได้เป็นผู้นำในฐานะผู้ที่เอาชนะการล่อลวงได้ แต่เป็นผู้นำในฐานะผู้ที่มี เป็น ได้รับการช่วยเหลือ จาก มัน. เขา ทำ ไม่ สอน เช่น หนึ่ง ข้างบน การต่อสู้, แต่ เช่น ผู้ที่คุ้นเคยกับมัน

ของเขา ในอดีต—ครั้งหนึ่ง เอ แหล่งที่มา ของ ความอับอาย—กลายเป็น เอ เครื่องมือ ของ

กระทรวง ทำไม ทำ พระเจ้า นำกลับมาใช้ใหม่ อะไร เรา ปรารถนา เขา จะ ลบ?

ยังไง ทำ พระคุณ แปลง บาดแผล เข้าไปข้างใน ภูมิปัญญา?

ออกัสติน เรียนรู้ ที่ ความเป็นผู้นำ ใน ของพระคริสต์ ราชอาณาจักร เป็น ไม่ ระดับความสูง—มันคือ การรับสัมผัสเชื้อ.

เดอะ ความตาย ของ การกำกับ ตนเอง

ยอมรับ เดอะ เรียก หมายถึง การยอมจำนน ควบคุม อีกครั้ง.

ของออกัสติน เวลา เคยเป็น เลขที่ นานกว่า ของเขา เป็นเจ้าของ. ของเขา คำ ดำเนินการ น้ำหนัก. ของเขา ชีวิต กลายเป็น มองเห็นได้. ของเขา การเชื่อฟัง ตอนนี้ ได้รับผลกระทบ คนอื่น.

นี่ไม่ใช่เสรีภาพอย่างที่เขาเคยจินตนาการไว้ มันลึกซึ้งกว่านั้นมาก

จะเกิดอะไรขึ้นเมื่อการเชื่อฟังของเราเริ่มเปลี่ยนแปลงชีวิตของผู้อื่น ? เรา เต็มใจ ถึง เป็น

รับผิดชอบ สำหรับ ที่ ผลไม้ เรา หมี?

เกรซ มี ไม่ เท่านั้น บันทึกแล้ว ออกัสติน—มัน มี เกณฑ์ทหาร เขา.

เดอะ ค่าใช้จ่าย ของ สิ่งมีชีวิต อ่าน โดย ทั้งหมด

เช่น ออกัสติน ขั้นบันได เข้าไปข้างใน สาธารณะ กระทรวง, เขา กลายเป็น อะไร พระคัมภีร์ กล่าวไว้ว่า: เอ การดำรงชีวิต จดหมาย, เป็นที่รู้จัก และ อ่าน โดย ทั้งหมด.

การกระทำของเขามีความสำคัญ

คำสอนของเขามีความ สำคัญ

การสำนึกผิด สำคัญ.

ที่นั่น เคยเป็น เลขที่ กลับ ถึง การไม่เปิดเผยตัวตน

ทำไม ทำ พระเจ้า เปิดเผย อะไร เขา แลกรับได้ไหม?

ทำไม ทำ ความเป็นผู้นำ จำเป็นต้อง การมองเห็น ค่อนข้าง กว่า ความเป็นส่วนตัว?

ออกัสติน เริ่มต้น ถึง เข้าใจ ที่ พระเจ้า เขียน ของเขา ชัดเจนที่สุด ข้อความ เมื่อยอมจำนน ชีวิต.

คำถาม สำหรับ เดอะ ถนน ข้างหน้า

นั่ง กับ เหล่านี้:

- ที่ไหน อาจ พระเจ้า เป็น การโทร คุณ เกิน ของคุณ ปลอบโยน?
- อะไร ความรับผิดชอบ มี คุณ ต่อต้าน เพราะ ของ กลัว?
- เป็น คุณ เต็มใจ ถึง ให้บริการ ที่ไหน คุณ ทำ ไม่ วางแผน?
- ยังไง อาจ ของคุณ อดีต กลายเป็น เอ แพลตฟอร์ม สำหรับ พระคุณ?

เหล่านี้ คำถาม จะ ทำให้ลึกซึ้งยิ่งขึ้น เช่น ของออกัสติน อิทธิพล เติบโตขึ้น

อะไร เป็น มา ต่อไป

ออกัสติน ชีวิต เป็น เกี่ยวกับ ถึง ขยาย เกิน ท้องถิ่น กระทรวง เข้าไปข้างใน อิทธิพล ที่ยั่งยืน

เดอะ ต่อไป บท จะ สำรวจ:

- เดอะ น้ำหนัก ของ จิตวิญญาณ อำนาจ
- เดอะ อันตราย ของ ความภาคภูมิใจ หลังจาก การโทร
- เดอะ การลงโทษ ที่จำเป็น ถึง ยังคง ถ่อมตน ในขณะที่ มีอิทธิพล

เกรซ จะ ตอนนี้ รูปร่าง ออกัสติน ไม่ เท่านั้น เช่น เอ คนรับใช้—แต่ เช่น เอ **คนเลี้ยง** แกะ

บท แปด

เดอะ น้ำหนัก ของ อิทธิพล และ การลงโทษ ของ ความอ่อนน้อมถ่อมตน

I อิทธิพล มาถึงแล้ว อย่างเงียบๆ

ที่นั่น คือ เลขที่ แตร

เลขที่ มีชื่อเสียง อย่างฉับพลัน

เลขที่ น่าทึ่ง ระดับความสูง

แต่ ออกัสติน รู้สึก ที่ กะ.

ผู้คนฟังด้วยท่าทีที่แตกต่างออกไป พวกเขาสังเกตอย่างใกล้ชิดมากขึ้น พวกเขาพูดซ้ำ คำพูดของเขา พวกเขาขอคำแนะนำจากเขา ความเชื่อส่วนตัวของเขากำลังกลายเป็นจุดอ้างอิงสาธารณะ

เกรซ มี สถานที่ น้ำหนัก บน ของเขา ชีวิต.

และ น้ำหนัก, ถ้า ไม่ ดำเนินการ ถูกต้องแล้ว สามารถ บดขยี้ อะไร มัน ยกระดับขึ้น

เมื่อไร อิทธิพล การทดสอบ เดอะ วิญญาณ

ออกัสติน เข้าใจแล้ว บางสิ่งบางอย่าง มากมาย ไม่เคย เรียนรู้ จนกระทั่ง มัน เป็น สายเกินไปแล้ว: อิทธิพล เป็น ไม่ เอ รางวัล—มัน เป็น เอ ความรับผิดชอบ.

ครั้งหนึ่งเขาเคยใฝ่หาการยอมรับ แต่ตอนนี้การยอมรับกลับไล่ตามเขา และ อันตราย ก็มาถึง เคยเป็น ละเอียดอ่อน ความภาคภูมิใจ ทำ ไม่ เสมอ ประกาศ ตัวมันเอง เสียงดัง. บางครั้ง มันมาในรูปแบบของสิ่งที่มีประโยชน์

ผู้คนต่างชื่นชมวิสัยทัศน์ของเขา

พวกเขาชื่นชมความชัดเจนของเขา พวกเขา

เอนตัว บน ของเขา ความเป็นผู้นำ

และ ออกัสติน รู้สึก ที่ การล่อลวง—ไม่ใช่ ถึง บาป อย่างเปิดเผย แต่ ถึง เชื่อมั่น เขาเงียบๆ ด้วยตัวเอง

ทำไม เป็น ความภาคภูมิใจ ที่สุด อันตราย หลังจาก ยอมแพ้?
ยังไง ทำ ประโยชน์ กลายเป็น เอ การผสมพันธุ์ พื้น สำหรับ การพึ่งพา ตนเอง ?

ออกัสตินได้เรียนรู้ถึงผลกรรมของการหลงระเริง แล้ว บัดนี้ เขา มี ถึง

เรียนรู้ ที่ ค่าใช้จ่าย ของ ความชื่นชม

เดอะ รายวัน งาน ของ การเข้าพัก ต่ำ

ออกัสตินไม่ได้คิดว่าการยอมจำนนเพียงครั้งเดียวจะรับประกันการยอมจำนนตลอดชีวิต ความอ่อนน้อมถ่อมตน เขา เข้าใจแล้ว ที่ มนุษย์ หัวใจ ด้วย ดี สำหรับ ที่.

ดังนั้นเขาจึงฝึกฝนระเบียบวินัย

ไม่ใช่เพื่อเป็นการลงโทษ

เช่น การป้องกัน

เขากลับไปอธิษฐานทุกวัน ไม่ใช่เพื่อเตรียมเทศน์ แต่เพื่อรักษาความพึ่งพาพระเจ้า เขาศึกษาพระคัมภีร์ ไม่ใช่เพื่อโอ้อวดผู้ฟัง แต่เพื่อเปิดเผยตัวตนของเขาเอง เขาเปิดเผยความอ่อนแอของตน ไม่ใช่เพื่อแสดงความถ่อมตน แต่เพื่อรักษา ความซื่อสัตย์

ทำไม ทำ จิตวิญญาณ การเจริญเติบโต จำเป็นต้อง การทำซ้ำ ค่อนข้าง กว่า การเปิดเผย?

เหตุใดความอ่อนน้อมถ่อมตนจึงต้องได้รับการฝึกฝน แทนที่จะเป็นสิ่งที่คิดเอาเอง?

ออกัสตินเลือกที่จะเก็บตัวเงียบๆ ต่อหน้าพระเจ้า เพื่อที่จะอยู่รอดได้แม้จะต้องปรากฏตัวต่อหน้าสาธารณชน

การสอน จาก รอยแผลเป็น ไม่ ฐานรอง

อะไร ชุด ออกัสติน ห่างกัน เคยเป็น ไม่ ของเขา ความเฉลียวฉลาด แต่ ของเขา ความซื่อสัตย์

เขาไม่ได้สอนในฐานะผู้ที่อยู่เหนือการล่อลวง แต่

เขาสอนในฐานะผู้ที่ได้รับการช่วยให้รอดพ้นจากการล่อลวง

ของเขา อดีต ทำ ไม่ ตัดสิทธิ์ เขา—มัน มีระเบียบวินัย เขา. เขา จดจำ เขาจำได้ อย่าง ชัดเจนว่าการปกครองตนเองก่อให้เกิดอะไรขึ้นบ้าง และเขายังจำได้อย่างเจ็บปวดถึงผลเสียของการล่าช้าด้วย

ดังนั้นเขาจึงสอนเรื่องความสง่างามด้วยความจริงจัง

สอน เรื่องความจริงด้วยความอ่อนโยน

การแก้ไข กับ ความเห็นอกเห็นใจ

เหตุใดพระเจ้าจึงทรงมอบอำนาจให้แก่ผู้ที่ระลึกถึงความผิดพลาดของตนเอง? อย่างไร? ทำ หน่วยความจำ กลายเป็น เอ การป้องกัน ขัดต่อ ความภาคภูมิใจ?

ของออกัสติน รอยแผลเป็น กลายเป็น ขอบเขต

เมื่อไร เดอะ คริสตจักร กลายเป็น เอ กระจกเงา

ความเป็นผู้นำของออกัสตินไม่เพียงแต่ได้รับการชื่นชม แต่ยังถูกวิพากษ์วิจารณ์ด้วย คำพูดของเขาถูกพิจารณา การกระทำของเขาถูกตีความ และแรงจูงใจของเขา ถูกตั้งคำถาม

นี้ การมองเห็น กลั่น เขา.

เขา ไม่อาจใช้ชีวิตอย่างไม่ใส่ใจได้อีกต่อไปแล้ว

สามารถ เลขที่ นานกว่า พูด อย่างหลวมๆ

เขาไม่สามารถซ่อนตัวได้อย่างเป็นส่วนตัวอีกต่อไป

และแทนที่จะรู้สึกไม่พอใจกับแรงกดดันนี้ ออกัสตินกลับยอมรับมันในฐานะความเมตตา ทำไม? ทำ พระเจ้า

อนุญาต ผู้นำ ถึง เป็น เห็น ดังนั้น ชัดเจนใช่ไหม?

อะไร ถ้า ความรับผิดชอบ เป็น พระคุณ ใน ปลอม?

ออกัสติน เรียนรู้ ที่ พระเจ้า บ่อยครั้ง เก็บรักษาไว้ ความอ่อนน้อมถ่อมตน โดย ปฏิเสธ ความเป็นส่วนตัว.

เดอะ ยาว งาน ของ สิ่งมีชีวิต ก่อตั้ง ในระหว่าง การก่อตัว คนอื่น

ขณะที่ออกัสตินดูแลผู้อื่น เขาได้ค้นพบความขัดแย้งอย่างหนึ่ง นั่นคือ การสอน ความจริง ลึกซึ้งยิ่งขึ้น ของเขา ความต้องการ สำหรับ มัน. ผู้นำ คนอื่น เข้าไปข้างใน การเชื่อฟัง เปิดเผย ในส่วนที่เขายังคงต้องการความเมตตา

เขา เคยเป็น ไม่ จบแล้ว

เขาถูกใช้ประโยชน์

และการถูกใช้งานไม่ได้หมายความว่าจะสมบูรณ์ ทำไม ทำ พระเจ้า เรียก

เรา ถึง ให้บริการ ก่อน เรา รู้สึก พร้อม?

เหตุใดการฝึกฝนจึงยังคงดำเนินต่อไปแม้ว่าอิทธิพลจะเพิ่มมากขึ้น?

ออกัสตินเรียนรู้ที่จะเป็นผู้นำในฐานะผู้เรียนรู้

คำถาม ที่ รูปร่าง เดอะ ปี ข้างหน้า

พก เหล่านี้ ซึ่งไปข้างหน้า:

- ยังไง ทำ คุณ อารักขา ความอ่อนน้อมถ่อมตน เมื่อไร พระเจ้า เพิ่มขึ้น ของคุณ อิทธิพล?
- อะไร สาขาวิชา ปกป้อง ของคุณ การพึ่งพา บน พระเจ้า?
- เป็น คุณ เต็มใจ ถึง เป็น เป็นที่รู้จัก เช่น ดี เช่น ใช้แล้ว?

- ทำ คุณ กลับ ถึง พระเจ้า เช่น อย่างลึกซึ้ง เช่น คนอื่น มา ถึง คุณ?

เหล่านี้ คำถาม จะ กำหนด ของออกัสติน ที่เหลืออยู่ การเดินทาง.

อะไร เป็น มา ต่อไป

ออกัสติน อิทธิพล เป็น เกี่ยวกับ ถึง ขยาย เกิน ของเขา ชุมชน โดยรอบ

เดอะ ต่อไป บท จะ สำรวจ:

- เดอะ ภาระ ของ หลักคำสอน ความรับผิดชอบ
- เดอะ ท้าทาย ของ การเฝ้ารักษา ความจริง กับ รัก
- เดอะ ค่าใช้จ่าย ของ ยืน บริษัท ปราศจาก กลายเป็น รุนแรง

เกรซ จะ ตอนนี้ รูปร่าง ออกัสติน เช่น เอ **กองหลัง ของ ความจริง และ เอ คนเลี้ยงแกะ ของ ดวง** วิญญาณ

บท เก้า

ปกป้องศรัทธาโดยไม่ สูญเสีย เดอะ หัวใจ

Tรูธ มี น้ำหนัก.

เมื่อออกัสตินเริ่มมีอิทธิพล เขาค้นพบว่าความจริงไม่ใช่เพียงสิ่งที่จะต้องใช้ชีวิตอยู่ด้วยเท่านั้น แต่เป็นสิ่งที่จะต้อง **ปกป้องรักษาไว้** แนวคิดมีความสำคัญ การสอน รูปทรง ดวงวิญญาณ ข้อผิดพลาด ทำ ไม่ ยังคง เชิงทฤษฎี; มัน ผลิต ผลไม้ ในความเป็นจริง ชีวิต.

และ ไม่ ทั้งหมด ผลไม้ เคยเป็น ดี.

เมื่อไร ข้อผิดพลาด ข้อเรียกร้อง การตอบสนอง

ออกัสติน อาศัยอยู่ ใน เอ เวลา เมื่อไร การแข่งขัน คำสอน การแพร่กระจาย อย่างรวดเร็ว มั่นใจ และโน้มน้าวใจได้ บางคนพูดด้วยน้ำเสียงที่ฟังดูเหมือนมีจิตวิญญาณ บางคนพูดด้วยน้ำเสียงที่เปี่ยมด้วยความเมตตา บางคนพูดด้วยน้ำเสียงที่ฟังดูเหนือกว่าทางสติปัญญา หลายคนหยิบยืมภาษาของศาสนาคริสต์มาใช้ แต่กลับทำให้ภาษานั้นสูญเสียพลังไป

ความเงียบ เคยเป็น ไม่ หนึ่ง ตัวเลือก.

ถึง ยังคง เงียบ จะ มี เป็น ง่ายขึ้น. เพื่อ ยังคง น่าพอใจ จะ มี

เป็น ปลอดภัยกว่า

แต่ความรักที่มีต่อผู้คนเรียกร้องความชัดเจน ไม่ใช่ความสะดวกสบาย ทำไม ทำ

ความจริง ในท้ายที่สุด จำเป็นต้อง การเผชิญหน้า?

ความอดทนจะกลายเป็นการละเลยเมื่อใด?

ออกัสติน เรียนรู้ ที่ การเฝ้ารักษา ที่ ศรัทธา เคยเป็น ไม่ ความเย่อหยิ่ง—มัน เป็น ความรับผิดชอบ

เดอะ อันตราย บน ทั้งคู่ ด้าน

แต่กระนั้น ออกัสตินก็เข้าใจถึงสิ่งที่อันตรายอีกอย่างหนึ่งด้วย: มัน เป็น เป็นไปได้ ถึง

ปกป้อง ความจริง และ สูญเสีย รัก.

การแก้ไขอาจกลายเป็นความเย่อหยิ่ง

การสำนึกผิดอาจกลายเป็นความโหดร้าย หลักคำสอน

ดั้งเดิมอาจอยู่ร่วมกับหัวใจที่เย็นชาได้

และออกัสตินก็เคยเห็นสิ่งนั้นเกิดขึ้นมาแล้ว

เขา มี ครั้งหนึ่ง เป็น บน ที่ การรับ จบ ของ รุนแรง ความแน่นอน—ความจริงพูดจาโดยปราศจากความอดทน แสดงความเด็ดขาดโดยปราศจากความนุ่มนวล เขานึกขึ้นได้ว่าการโต้เถียงนั้นสามารถทำร้ายมากกว่าเยียวยาได้ง่ายเพียงใด

ดังนั้น เขา เดิน อย่างระมัดระวัง.

เราจะรับมือโดยไม่ใช้ความรุนแรงได้อย่างไร?

เราจะแก้ไขโดยไม่ทำลายล้างได้อย่างไร?

ความจริง เช่น เอ รูปร่าง ของ บริการ

ออกัสติน ปรับกรอบใหม่ ที่ งาน.

การปกป้องศรัทธาไม่ได้หมายถึงการเอาชนะในการ โต้แย้ง เคยเป็น เกี่ยวกับ

ให้บริการ วิญญาณ

ความจริง เคยเป็น ไม่ เอ อาวุธ ถึง พิสูจน์ ความเหนือกว่า

มันคือยาที่ช่วยฟื้นฟูสุขภาพ

นี้ เปลี่ยน ยังไง เขา เขาพูด อย่างไร

เขาเขียนอย่างไร

ยังไง เขา เผชิญหน้า ข้อผิดพลาด.

เขา ต่อต้าน ที่ การล่อลวง ถึง ฉีกหน้า ฝ่ายตรงข้าม เขา ปฏิเสธ ถึง ลดทอนคุณค่าของคนให้เหลือเพียงตำแหน่ง เขาจำได้ว่าเบื้องหลังความคิดที่ผิดพลาดทุกอย่างนั้นมีมนุษย์อยู่ด้วยหัวใจ รูปทรง โดย กลัว, ความสับสน หรือ ความภาคภูมิใจ.

ถ้าเป้าหมายของการแก้ไขคือการฟื้นฟู ไม่ใช่การครอบงำ ล่ะ ? ถ้า รัก เป็น ไม่ ที่ ตรงข้าม

ของ ความจริง, แต่ ของมัน เหมาะสม จัดส่ง?

เดอะ ส่วนตัว ค่าใช้จ่าย ของ ยืน บริษัท

ความชัดเจน ได้รับเชิญ ฝ่ายค้าน.

ออกัสติน ถูก วิพากษ์วิจารณ์ ถูกเข้าใจผิด ถูกท้าทาย และ บางครั้งก็ถูกบิดเบือนความจริง ยืน สำหรับ ความจริง ค่าใช้จ่าย เขา ความสงบ, ชื่อเสียง, และ ผ่อนปรน.

แต่ ประนีประนอม จะ มี ค่าใช้จ่าย มากกว่า.

ทำไม ทำ การเชื่อฟัง บ่อยครั้ง นำมา ขัดแย้ง ค่อนข้าง กว่า สงบ?

การรักผู้คนมากพอที่จะยอมเสี่ยงต่อการถูกไม่ชอบหมายความว่าอย่างไร?

ออกัสติน ยอมรับ ที่ ต้นทุน—ไม่ใช่ เช่น การพลีชีพ แต่ เช่น การดูแลรักษา.

ความอ่อนน้อมถ่อมตน ภายใต้ ไฟ

แม้ว่าออกัสตินจะปกป้องความจริง แต่เขาก็ยังคงตระหนักถึงความผิดพลาดของตนเอง เขาพิจารณาแรงจูงใจของตนเอง เขาศึกษาพระคัมภีร์อีกครั้ง และเขายินดี รับคำแนะนำแก้ไข

เขารู้ดีถึงอันตรายของการคิดว่าการเป็นฝ่ายถูกหมายถึงการเป็นฝ่าย ชอบธรรม

เหตุใดผู้พิทักษ์ความจริงจึงต้องเป็นผู้ศึกษาพระคุณอยู่เสมอ?

ความอ่อนน้อมถ่อมตนช่วยรักษาอำนาจได้อย่างไร?

ของออกัสติน ท่าทาง สำคัญ เช่น มาก เช่น ของเขา ตำแหน่ง.

เดอะ ช้า การก่อตัว ของ เอ ครู

เกิน เวลา, ออกัสติน กลายเป็น เป็นที่รู้จัก ไม่ เพียงแค่ สำหรับ ความชัดเจน แต่ เพื่อความสมดุล เขาผสมผสานความเด็ดเดี่ยวเข้ากับความเห็นอกเห็นใจ ความเชื่อมั่นเข้ากับความอดทน อำนาจเข้ากับความอ่อนน้อมถ่อมตน

คำพูดของเขามีน้ำหนัก เพราะชีวิตของเขาเต็มไปด้วยความยับยั้งชั่งใจ

เขาได้เรียนรู้ว่าความจริงที่ปราศจากความรักนั้นสร้างบาดแผล

แต่ รัก ปราศจาก ความจริง ทำให้เข้าใจผิด

เดอะ การโทร เคยเป็น ไม่ ถึง เลือก ระหว่าง พวกเขา—แต่ ถึง **ถือ ทั้งคู่** อย่าง **ซื่อสัตย์**

คำถาม ที่ ยึด เดอะ วิญญาณ

พก เหล่านี้ กับ คุณ:

- ยังไง ทำ คุณ ตอบกลับ เมื่อไร ความจริง กำหนดให้มี การเผชิญหน้า?
- ที่ไหน อาจ การตัดสินลงโทษ เป็น การแข็งตัว เข้าไปข้างใน ความภาคภูมิใจ?
- เป็น คุณ มากกว่า น่ากังวล กับ สิ่งมีชีวิต ขวา หรือ สิ่งมีชีวิต เป็นการไถ่บาปใช่ไหม?

- อะไร จะ มัน ค่าใช้จ่าย คุณ ถึง ยืน บริษัท ใน รัก?

เหล่านี้ คำถาม จะ เสียงสะท้อน ผ่าน ที่ การภาวนา การเดินทาง ข้างหน้า.

อะไร เป็น มา ต่อไป

ออกัสติน อิทธิพล เป็น ขยายตัว และ ดังนั้น เป็น ที่ น้ำหนัก เขา บรรทุก

เดอะ ต่อไป บท จะ สำรวจ:

- ความทุกข์ ที่ ทำ ไม่ ออกจาก
- คำถาม ที่ ศรัทธา ทำ ไม่ อย่างรวดเร็ว คำตอบ
- ความไว้วางใจ พระเจ้า เมื่อไร การเชื่อฟัง ทำ ไม่ ลบ ความเจ็บปวด

บัดนี้ พระคุณจะหล่อหลอมออกัสตินในแบบที่ลึกซึ้งยิ่งขึ้น ไม่ใช่ผ่านชัยชนะ แต่ ผ่าน... ความอดทน

บท สิบ

เมื่อไร ศรัทธา ทำ ไม่ ขจัด ความเจ็บปวด

O เตียงนอน ทำ ไม่ ป้องกัน ออกัสติน จาก ความเศร้าโศก

ถ้า อะไรก็ตาม, มัน **ชี้แจง มัน** .

โดย นี้ ฤดูกาล ของ ของเขา ชีวิต, ออกัสติน มี ยอมจำนน ความทะเยอทะยาน, เขาน้อมรับการเรียก ปกป้องความจริง และยอมรับความรับผิดชอบ ศรัทธาของเขาไม่ใช่เพียงแค่ทฤษฎีอีกต่อไป มัน เคยเป็น ผ่านการทดสอบแล้ว มองเห็นได้, และ ราคาแพง

และ ยังคงเจ็บปวดอยู่ ยังคงอยู่

ไม่ใช่ความเจ็บปวดจากความรู้สึกผิด

ไม่ ที่ ความเจ็บปวด ของ กบฏ.

แต่ ที่ ความเจ็บปวด ที่ ยังคงอยู่ สม่ำเสมอ เมื่อไร การเชื่อฟัง เป็น จริงใจ.

เดอะ ตำนาน ของ ไม่เจ็บปวด ศรัทธา

ออกัสติน มี ครั้งหนึ่ง สันนิษฐาน ที่ ยอมแพ้ จะ นำมา ความเรียบง่าย นั่นแหละ ความชัดเจน จะ ลบ ความซับซ้อน ที่ การเชื่อฟัง จะ แก้ไข ความเครียด.

มัน ทำ ไม่.

ความศรัทธาไม่ได้ลบล้างความสูญเสีย

การเรียก ทำ ไม่ ป้องกัน ความโศกเศร้า

ความจริง ทำ ไม่ ความเงียบ

ความเศร้าโศก

แทน, ศรัทธา ให้ ความเจ็บปวด เอ ใหม่ บริบท.

เหตุใดเราจึงคาดหวังว่าการเชื่อฟังจะช่วยปกป้องเราจากความทุกข์? ที่ไหน? ทำ ที่ ความคิด มา จาก ที่ ศรัทธา การรับประกัน ผ่อนปรน?

ออกัสติน เริ่มต้น ถึง เข้าใจ ที่ พระเจ้า ทำ ไม่ เสมอ ลบ ความเจ็บปวด—บางครั้งพระองค์ทรงกำหนดความหมายใหม่ให้ กับ **มัน**

ความเศร้า ที่ รูปทรง ค่อนข้าง กว่า ทำลาย

ออกัสติน มีประสบการณ์ ความโศกเศร้า ที่ ตัด อย่างลึกซึ้ง ความสูญเสีย ที่ สามารถ ไม่ใช่ โต้แย้ง ห่างออกไป. คำถาม ที่ เทววิทยา ทำ ไม่ อย่างรวดเร็ว คำตอบ.

เขา ทำ ไม่ ตีความ ความทุกข์ เช่น การลงโทษ

เขาไม่ได้มองว่ามันคือความล้มเหลว

เขา อนุญาต มัน ถึง งาน.

ความเจ็บปวดกลายเป็นครูสอน.

ความเศร้า กลายเป็น เอ การกลั่น ไฟ. ความอดทน

กลายเป็น หนึ่ง การเสนอขาย

ทำไมพระเจ้าจึงทรงยอมให้ความเจ็บปวดคงอยู่แม้หลังจากการกลับใจแล้ว? อะไรนะ? ใจดี

ของ ศรัทธา เป็น ก่อตั้ง เมื่อไร การบรรเทา ทำ ไม่ มา?

ออกัสติน ค้นพบ ที่ ความทุกข์ สามารถ ทำให้ลึกซึ้งยิ่งขึ้น การพึ่งพา ใน ในบางแง่มุมที่ความสบายไม่เคยทำได้

ความไว้วางใจ พระเจ้า ปราศจาก คำอธิบาย

มีหลายช่วงเวลาที่ออกัสตินต้องการคำตอบ เหตุผลที่ชัดเจน และ ทันทีทันใด ปณิธาน.

แต่ พระเจ้า เสนอ บางสิ่งบางอย่าง อื่น: การปรากฏตัว ไม่ใช่

การมีอยู่ คำอธิบาย.

ไม่ หนี.

การมีอยู่.

ออกัสติน เรียนรู้ ถึง เชื่อมั่น พระเจ้า ปราศจาก ความเข้าใจ เขา อย่างเต็มที่ ถึง พักผ่อน พระเจ้า อักขระ เมื่อไร สถานการณ์ ต่อต้าน การตีความ

ทำไมพระเจ้าจึงมักไม่อธิบาย แต่ไม่เคยทรงแสดงพระองค์เองเลย? เหตุใดพระเจ้าจึงมักไม่อธิบาย

แต่ไม่เคยทรงแสดงพระองค์เองเลย การไว้วางใจเมื่อขาดความชัดเจนหมายความว่าอย่างไร ?

นี้ ใจดี ของ ศรัทธา เคยเป็น เงียบกว่า—แต่ แข็งแกร่งขึ้น

เดอะ การก่อตัว ของ ความลึก

ความเจ็บปวด ถอดออก ห่างออกไป อะไร อิทธิพล สามารถ ไม่.

มัน ถูกเปิดเผย ความไม่อดทน

มันเผยให้เห็นความคาดหวังที่ซ่อนเร้น

มันทำลายความมั่นใจที่ผิวเผิน

และ ใน ของมัน สถานที่, บางสิ่งบางอย่าง ลึกกว่า เติบโตขึ้น

ความเห็นอกเห็นใจ ขยายแล้ว

ความอ่อนน้อมถ่อมตน

แข็งแกร่งขึ้น การพึ่งพา

ลึกซึ้งยิ่งขึ้น

คำสอนของออกัสตินได้รับน้ำหนักมากขึ้นเพราะศรัทธาของเขาถูกกดดัน คำพูด ของเขา ดำเนินการ อำนาจ เพราะ พวกเขา มี เป็น ผ่านการทดสอบแล้ว

เหตุใดความทุกข์จึงมักเตรียมเราให้พร้อมสำหรับการรับใช้ที่เราไม่ได้คาดคิดมาก่อน?

ความอดทนหล่อหลอมปัญญาได้อย่างไร?

ศรัทธา ที่ ทำ ไม่ ความต้องการ ผลลัพธ์

บางที เดอะ ที่สุด ลึกซึ้ง กะ ที่เกิดขึ้น ที่นี่: ออกัสตินเลิกวัดความศรัทธาด้วยผลลัพธ์แล้ว

เขาเรียนรู้ที่จะเชื่อฟังโดยไม่ต้องมีหลักประกัน

เรียนรู้ที่จะไว้ใจโดยไม่ต้องมีกำหนดเวลา

เพื่ออดทนโดยปราศจากความขุ่นเคือง

ความศรัทธาไม่ใช่การแลกเปลี่ยนอีกต่อไป

แต่เป็นความสัมพันธ์

เหตุใดศรัทธาจึงสมบูรณ์ที่สุดเมื่อไม่ต้องการหลักฐานอีกต่อไป ? อะไร เกิดขึ้น เมื่อไร

การเชื่อฟัง กลายเป็น ของมัน เป็นเจ้าของ รางวัล?

ออกัสตินได้พักผ่อน ไม่ใช่เพราะสถานการณ์ดีขึ้น แต่เพราะพระเจ้าทรง สถิตอยู่ด้วย ซื่อสัตย์.

คำถาม ที่ ลึกซึ้งยิ่งขึ้น เดอะ การเดินทาง

ทำ ไม่ รีบ เหล่านี้:

- อะไร ความเจ็บปวด มี คุณ สันนิษฐาน ศรัทธา ควร ลบ?
- ที่ไหน มี ความผิดหวัง ถูกท้าทาย ของคุณ เชื่อมั่น?
- สามารถ คุณ ยังคง ซื่อสัตย์ ปราศจาก ทันที การบรรเทา?
- เป็น ของคุณ การเชื่อฟัง มีเงื่อนไข บน ผลลัพธ์?

เหล่านี้ คำถาม จะ เสียงสะท้อน ผ่าน ที่ การภาวนา วัน ข้างหน้า.

อะไร เป็น มา ต่อไป

ขณะนี้ออกัสตินกำลังก้าวเข้าสู่ช่วงบั้นปลายชีวิต ซึ่งเป็นช่วงเวลาที่เต็ม ไปด้วย ... การสะท้อน มรดก และ การตระเตรียม สำหรับ การออกเดินทาง.

เดอะ ต่อไป บท จะ สำรวจ:

- เดอะ ภูมิปัญญา ของ การมองย้อนหลัง
- เดอะ การขึ้นรูป ของ มรดก
- การเตรียมการ คนอื่น ถึง พก ที่ ศรัทธา ซึ่งไปข้างหน้า

เกรซ จะ ตอนนี้ รูปร่าง ออกัสติน เช่น เอ ผู้ **จบเกม** ไม่ แค่ ผู้ ติดตาม

บท เอเลเวน ลิฟวิ่ง กับ เดอะ จบ ใน ดู

T ที่นี่ มา เอ จุด ใน ทั้งหมด ชีวิต เมื่อไร ความเร่งด่วน การเปลี่ยนแปลง ของมัน โทนเสียง ความทะเยอทะยาน ให้ ทาง ถึง ความเอาใจใส่

ความเร็วจะหลีกทางให้กับความลึกซึ้ง

ความสำเร็จจะจางหายไปเมื่อความหมายจางหายไป

(ออกัสติน) มี เข้า ที่ ฤดูกาล.

เขาไม่ได้วัดคุณค่าชีวิตของตัวเองด้วยปริมาณงานที่เขาสามารถทำได้อีกต่อไป แต่ด้วยความซื่อสัตย์ในการทำภารกิจ **ให้สำเร็จ** ต่างหาก

เมื่อไร เดอะ อนาคต สั้นลง

อายุ มี เอ ทาง ของ การชี้แจง อะไร ความเยาว์ จุดชมวิว

ออกัสติน รู้สึก เวลา แตกต่างกัน ตอนนี้. ไม่ เช่น ความดัน, แต่ เช่น ทัศนคติ. หลาย ปีที่ผ่านมา ข้างหน้า คือ น้อยลง กว่า ที่ ปี ด้านหลัง. อะไร ยังคงอยู่ เคยเป็น เลขที่ นานกว่านั้นเกี่ยวกับ กำลังกลายเป็น—มัน เคยเป็น เกี่ยวกับ การ **มอบความไว้วางใจ**

เขา ทำ ไม่ เติบโต

จากเดิมที่เป็นคนเฉื่อยชา

เขาเริ่มมีความตั้งใจมากขึ้น

เหตุใดปัญญาจึงมักเกิดขึ้นเมื่อเรารู้สึกว่าเวลาเหลือน้อย? อะไรนะ? การเปลี่ยนแปลง

เมื่อไร เรา หยุด สมมติว่า เรา มี "ภายหลัง"?

ออกัสติน เรียนรู้ ถึง สด กับ ที่ จบ ใน มุมมอง—ไม่ใช่ ด้วยความหวาดกลัว แต่ ด้วยความซื่อสัตย์

การเปลี่ยนตำแหน่ง จาก เสียง ถึง เรือ

ออกัสตินยังคงสอน ยังคงเขียน ยังคงเลี้ยงแกะ แต่ท่าทีของเขา เปลี่ยนไป เปลี่ยน.

เขาไม่ต้องการให้ใครฟังเขาอีกต่อไปแล้ว

เขาต้องการให้ความจริงคงอยู่ตลอดไป

เขาทุ่มเทอย่างมากให้กับผู้อื่น ทั้งการสร้างผู้นำและการเสริมสร้างความเข้มแข็งให้กับชุมชน การเฝ้ารักษาหลักคำสอน ไม่ ผ่าน ควบคุม, แต่ ผ่าน ความชัดเจน ความกังวลของเขา เลื่อนแล้ว จาก อิทธิพล ถึง **มรดก**

อะไร เป็น เรา อาคาร ที่ จะ มีชีวิตอยู่รอด พวกเรา?

เรากำลังสร้างคนหรือแพลตฟอร์มกันแน่?

ออกัสตินเข้าใจว่ามรดกไม่ใช่สิ่งที่เราทิ้งไว้เบื้องหลัง แต่เป็นคนที่เรา ทิ้งไว้ให้ต่างหาก เตรียมไว้.

การทำ ความสงบ กับ ข้อจำกัด

เดอะ ร่างกาย อ่อนแอ. พลังงาน ลดลง ความทุกข์ นำมากล่าวถึงอีกครั้ง

ออกัสตินไม่ได้ต่อต้านการเปลี่ยนแปลงเหล่านี้ เขายอมรับการเปลี่ยนแปลงเหล่านั้นในฐานะเครื่องเตือนใจ ไม่ใช่ความสูญเสีย แต่เป็นการเปลี่ยนแปลง ความหวังของเขาไม่เคยอยู่ที่ความแข็งแกร่ง แต่อยู่ที่พระคริสต์

ทำไม ทำ พระเจ้า อนุญาต ปฏิเสธ ถึง รูปร่าง ศรัทธา?

ความไว้วางใจจะมีลักษณะอย่างไรเมื่อศักยภาพลดลง? (

จากมุมมองของออกัสติน) ศรัทธา ทำ ไม่ หด กับ ของเขา ความแข็งแกร่ง

มัน ลึกซึ้งยิ่งขึ้น

การระลึกถึง เกรซ ไม่ ความเสียใจ

เมื่อมองย้อนกลับไป ออกัสตินไม่ได้ปฏิเสธความล้มเหลวของเขา เขาระลึกถึง มัน แต่ผ่านมุมมองของการไถ่บาป

เขา ทำ ไม่ ฝึกซ้อม ความเสียใจ

เขาซ้อมกล่าวคำขอบคุณมาแล้ว

ทั้งหมด ล่าช้า, ทั้งหมด ก้าวพลาด ทั้งหมด ความต้านทาน กลายเป็น หลักฐาน—ไม่ใช่ ด้วยความอับอาย แต่ของ ความเมตตา พระเจ้า มี ไม่ เสียเปล่า ของเขา ชีวิต. พระเจ้า มี ไถ่ถอนแล้ว มัน.

เหตุใดพระคุณจึงช่วยให้เราจดจำได้โดยปราศจากการกล่าวโทษ?

ความกตัญญูเข้ามาแทนที่ความเสียใจได้อย่างไร?

ออกัสตินวางใจในความซื่อสัตย์ของพระองค์ผู้ทรงติดตามเขามาตั้งแต่ ต้น จุดเริ่มต้น.

การเตรียมการ สำหรับ การออกเดินทาง

ออกัสติน ทำ ไม่ กลัว ความตาย.

ไม่ เพราะ เขา เคยเป็น กล้าหาญ, แต่ เพราะ เขา เคยเป็น ยึดตรึงไว้

ความหวังของเขาไม่ได้อยู่ที่งานเขียน การเขียน หรืออิทธิพลของเขา แต่ความหวังนั้นอยู่ที่... พระคริสต์—ผู้ทรงเป็น มี เป็น ใกล้ขึ้น ถึง เขา กว่า เขา มี เคย เป็น ถึง ตัวเขาเอง

ทำไม ทำ ศรัทธา เติบโต เงียบสงบ ใกล้ ที่ จบ?

ชีวิตแบบไหนที่เอื้อต่อการจากไปอย่างสงบ? ออกัสตินใช้ชีวิตอย่างซื่อสัตย์

เขา มี ยอมจำนน อย่างเต็มที่

เขาไว้ใจอย่างสุดซึ้ง

และ ตอนนี้, เขา รออยู่

คำถาม สำหรับ เหล่านั้น นิ่ง การเดินทาง

พก เหล่านี้ ซึ่งไปข้างหน้า:

- อะไร จะ เปลี่ยน ถ้า คุณ อาศัยอยู่ กับ ที่ จบ ใน ดู?
- อะไร เป็น คุณ อาคาร ที่ จะ ยังคง?
- WHO เป็น คุณ โดยเจตนา กำลังเตรียมตัวอยู่หรือเปล่า?
- เป็น คุณ ความไว้วางใจ พระเจ้า กับ ของคุณ ข้อจำกัด เช่น มาก เช่น จุดแข็งของคุณคืออะไร?

เหล่านี้ คำถาม จะ ไปด้วยกัน ที่ สุดท้าย ความเคลื่อนไหว ของ เรื่องราว .

อะไร เป็น มา ต่อไป

ออกัสติน ชีวิต เป็น การวาดภาพ ถึง ของมัน ใกล้แล้ว—แต่ ของเขา อิทธิพล เป็น ไกล จาก ที่เสร็จสมบูรณ์แล้ว

เดอะ สุดท้าย บท จะ สะท้อน บน:

- เอ ชีวิต อ่าน โดย รุ่นต่อรุ่น

- ผลไม้ ที่ มีอายุยืนยาวกว่า ที่ ต้นไม้
- อะไร มัน วิธี ถึง กลายเป็น เอ จริง การดำรงชีวิต จดหมาย

บท สิบสอง เอ ชีวิต อ่าน โดย

ทั้งหมด

A ของออกัสติน ชีวิต จบลง อย่างเงียบๆ

ที่นั่น คือ เลขที่ แกรนด์ คำประกาศ

เลขที่ สุดท้าย การแสดงต่างๆ

เลขที่ พยายาม ถึง อนุรักษ์ มรดก

และ แต่—ของเขา ชีวิต ต่อเนื่อง ถึง พูด.

ไม่ เพราะ เขา แสวงหา ความคงทนถาวร แต่ เพราะ เขา ยอมจำนน ถึง ที่ ผู้ทรง เป็นนิรันดร์

เมื่อไร เอ ชีวิต กลายเป็น เอ จดหมาย

เดอะ อัครทูต พอล เขียน ที่ ผู้เชื่อ เป็น จดหมาย—ที่เขียน ไม่ ด้วยหมึก แต่ โดย ที่ วิญญาณ ของ ที่ การดำรงชีวิต พระเจ้า, เป็นที่รู้จัก และ อ่าน โดย ทั้งหมด.

ออกัสติน กลายเป็น หนึ่ง ของ เหล่านั้น ตัวอักษร ไม่ใช่

ตัวอักษร เพราะ เขา เคยเป็น ไร้ที่ติ

ไม่ เพราะ เขา เคยเป็น ยอดเยี่ยม

แต่เป็นเพราะเขา ยอม **จำนน**

ของเขา ชีวิต บอก เอ เรื่องราว ที่ สามารถ เป็น อ่าน ปราศจาก คำอธิบาย:

- ที่ พระคุณ ไล่ตาม ก่อน การเชื่อฟัง เริ่มต้น
- ที่ ความจริง เผชิญหน้า ก่อน มัน ความสะดวกสบาย
- ที่ ยอมแพ้ นำหน้า พักผ่อน
- ที่ การเชื่อฟัง ปรับเปลี่ยนรูปร่าง ความต้องการ

- ที่ ความซื่อสัตย์ มีอายุยืนยาวกว่า ที่ ซื่อสัตย์

เหตุใดชีวิตที่ยอมจำนนจึงทรงพลังกว่าชีวิตที่สมบูรณ์แบบ? อะไรนะ? ทำให้ บาง เรื่องราว อดทน ในขณะที่ คนอื่น จางหายไป?

ของออกัสติน ชีวิต เจาะ ผลไม้ ที่ ทำ ของมัน ราก มองเห็นได้.

ผลไม้ ที่ ชีวิตนอกโลก เดอะ ต้นไม้

ออกัสติน ทำ ไม่ สด ถึง อิทธิพล หลายศตวรรษ

เขา อาศัยอยู่ ถึง เชื่อฟัง พระเจ้า.

และ การเชื่อฟัง คูณ เกิน ของเขา ตลอดชีวิต

ของเขา คำสารภาพ ให้ เสียง ถึง ที่ มนุษย์ การต่อสู้ กับ บาป และ พระคุณ คำสอน ของท่านได้หล่อหลอมความเข้าใจของคนรุ่นต่อๆ มาเกี่ยวกับความรัก ความปรารถนา เวลา ความทรงจำ และ พระเจ้า ความซื่อสัตย์ของท่านเปิดโอกาสให้ผู้เชื่อมีความจริงใจต่อพระเจ้า แทนที่จะเสแสร้ง

แต่เอากัสตินคงจะเบี่ยงเบนความสนใจไปจากตัวเอง

ผลลัพธ์นั้นไม่ใช่ความสำเร็จของเขา

มัน เคยเป็น พระเจ้า งาน.

เหตุใดพระเจ้าจึงมักใช้ชีวิตที่ยอมจำนนโดยที่พวกเขาไม่รู้ตัว?

ผลอะไรบ้างที่จะงอกเงยหลังจากที่เราจากไปแล้ว?

เอ เรื่องราว ที่ คำเชิญ การตอบสนอง

ออกัสติน ชีวิต ทำ ไม่ ถาม ถึง เป็น เป็นที่ชื่นชม

มัน ถาม ถึง เป็น ตอบแล้ว

มัน เผชิญหน้า ทั้งหมด ผู้อ่าน กับ อึดอัด คำถาม:

- ที่ไหน เป็น คุณ การล่าช้า การเชื่อฟัง?
- อะไร ความปรารถนา นิ่ง ต้านทาน ยอมแพ้?
- อะไร ความจริง ทำ คุณ ทราบ แต่ มี ไม่ ยัง เชื่อฟังแล้วใช่ไหม?
- อะไร จะ เต็ม ผลผลิต ดู ชอบ สำหรับ คุณ?

เหล่านี้ เป็น ไม่ ทางประวัติศาสตร์ คำถาม

เหล่านั้นเป็นคำถามในปัจจุบัน

ของออกัสติน เรื่องราว กลายเป็น อันตราย เท่านั้น เมื่อไร มัน ซาก เอ เรื่องราว.

จาก ชีวประวัติ ถึง การเป็นศิษย์

ชีวประวัติควรจบลงตรงนี้ และการเดินทางควร เริ่มต้นขึ้น

หน้าถัดไปจะไม่ถามว่าออกัสตินเชื่ออะไร แต่จะถามว่าคุณจะทำอะไร

แต่ละ วัน ของ ที่ **40 วัน การดำรงชีวิต จดหมาย เพื่อการภาวนา การเดินทาง** จะ เอา หนึ่ง ธีม จาก ของออกัสติน ชีวิต และ เปลี่ยน มัน เข้าไปข้างใน เอ กระจก—ผ่าน พระคัมภีร์ การอธิษฐาน การไตร่ตรอง การให้คำมั่นสัญญา และการประกาศ

คุณ จะ ไม่ เป็น ถาม ถึง เลียนแบบ ออกัสติน

คุณ จะ เป็น ได้รับเชิญ ถึง **ติดตาม พระ** คริสต์ เช่น ออกัสติน ทำ.

เอ สุดท้าย คำถาม ก่อน เดอะ การเดินทาง เริ่มต้น

ออกัสติน ครั้งหนึ่ง เขียน ที่ พระเจ้า เคยเป็น ใกล้กว่า ถึง เขา กว่า เขา เคยเป็น พูดกับ ตัวเอง

ที่ เดียวกัน พระเจ้า เป็น ปัจจุบัน ตอนนี้ อะไรนะ?

เป็น เขา การเขียน ใน ของคุณ ชีวิต? และ จะ คุณ

อนุญาต มัน ถึง เป็น อ่าน?

การเปลี่ยนผ่าน บันทึก ถึง เดอะ ผู้อ่าน

คุณ มี ตอนนี้ อ่าน เดอะ เรื่องราว ของ เอ ชีวิต พระเจ้า ปฏิเสธ ถึง ละทิ้ง.

อะไร ติดตาม เป็น หนึ่ง คำเชิญ—ไม่ใช่ ถึง สังเกต, แต่ ถึง เข้า ร่วม ต่อไป หน้าหนังสือ

เริ่มต้น **วัน หนึ่ง** ของ ที่ 40 วัน เพื่อการภาวนา

มา พร้อม ถึง เป็น เขียนไว้.

การดำรงชีวิต จดหมาย – 40 วัน เพื่อการภาวนา ชุด - 1 ศึกษา เริ่มต้น...

>>>>>

วัน หนึ่ง

เอ กระสับกระส่าย หัวใจ พระเจ้า ปฏิเสธ เพิกเฉย

KEY **จุดสนใจ พระคัมภีร์**

"คุณ มี ทำ เรา สำหรับ ตัวคุณเอง, โอ พระเจ้า และ ของเรา หัวใจ เป็น กระสับกระส่าย จนกว่า จะพักอยู่ในพระองค์"

— *คำสารภาพ*

"คุณ เป็น ของเรา จดหมาย เขียนไว้ ใน ของเรา หัวใจ เป็นที่รู้จัก และ อ่าน โดย ทั้งหมด ผู้ชาย"

— 2 ชาวโครินธ์ 3:2–3

"สำหรับ เรา WHO มี เชื่อ ทำ เข้า ที่ พักผ่อน... ที่นั่น ซาก ดังนั้น การพักผ่อน สำหรับ ที่ ประชากร ของ พระเจ้า. สำหรับ เขา WHO มี เข้า ของเขา พักผ่อน มี ตัวเขาเอง หยุดลงเช่นกัน จาก ของเขา งาน เช่น พระเจ้า ทำ จาก ของเขา."

— ชาวฮีบรู 4:3–10

"มา ถึง ฉัน, ทั้งหมด คุณ WHO แรงงาน และ เป็น หนัก บรรทุกหนัก และ ฉัน จะ ให้ คุณ ก็พักผ่อนเถอะ"

— แมทธิว 11:28

ออกัสติน อาศัยอยู่ ช่วงเวลา

ก่อน ยอมแพ้, ก่อน การเชื่อฟัง ก่อน อิทธิพล, **ออกัสติน ของ ฮิปโป**
อาศัยอยู่ กับ หนึ่ง ความไม่สงบ เขา สามารถ ไม่ อธิบาย หรือ หนี.

เขา เคยเป็น ฉลาด เขา

เคยเป็น เขาทำงาน

ได้อย่างมีประสิทธิภาพและ

เป็นที่ชื่นชม

ยัง ของเขา วิญญาณ ยังคงอยู่ รู้สึกไม่สบายใจ

ออกัสตินไม่ได้ขาดประสบการณ์ด้านศรัทธาหรือความตระหนักรู้ทางจิตวิญญาณ สิ่งที่เขา ขาดคือ ...

เคยเป็น **พักผ่อน** —ไม่ใช่ ทางกายภาพ พักผ่อน, แต่ ที่ ลึก พักผ่อน ที่ มา จาก การสอดคล้อง กับ พระเจ้า. ของเขา ชีวิต เคยเป็น คล่องแคล่ว, แต่ ของเขา หัวใจ เคยเป็น แยก. เขา ลำบาก รักษาความสงบภายในแม้ในขณะที่ประสบความสำเร็จภายนอก

พระเจ้า ทำ ไม่ ลบ ที่ ความกระสับกระส่าย เขาใช้มัน

ออกัสติน ภายหลัง ที่ตระหนักรู้ ที่ ของเขา ความไม่สงบ เคยเป็น ไม่ เอ เข้าสู่ระบบ ของ พระเจ้า การขาดงาน แต่ ของ พระเจ้า **การเชิญ** . พระเจ้า เคยเป็น การโทร เขา ออก ของ กำกับตนเอง พยายาม และ สู่ การพักผ่อนอันศักดิ์สิทธิ์—การพักผ่อนที่ไม่ได้เริ่มต้นเมื่อชีวิตช้าลง แต่เมื่อจิตวิญญาณ ยอมจำนน

ชีวิต บทเรียน

พระคัมภีร์ พักผ่อน เป็น ไม่ ความนิ่งเฉย

นั่นคือ ความ **สอดคล้อง**

ชาวฮีบรู บอก เรา ที่ พระเจ้า พักผ่อน เรียบร้อยแล้ว มีอยู่จริง—และ ที่ ผู้เชื่อ *เข้า* นั่น หมายความว่า การพักผ่อนไม่ใช่สิ่งที่เราได้รับมาจากการพยายาม แต่เป็นสิ่งที่เรา ได้รับมาจากการยอมจำนน

ความกระสับกระส่าย บ่อยครั้ง ซาก เมื่อไร:

- เรา เชื่อ, แต่ ทำ ไม่ เต็มที่ ผลผลิต
- เรา งาน สำหรับ พระเจ้า แทน ของ พักผ่อน ใน พระเจ้า
- เรา พยายาม กับ ของเรา เป็นเจ้าของ ความแข็งแกร่ง ค่อนข้าง กว่า ความไว้วางใจ พระเจ้า งานที่เสร็จสมบูรณ์

พระเจ้า อนุญาต ความไม่สงบ ถึง ยืนหยัด เมื่อไร มัน เปิดเผย พื้นที่ ของ การพึ่งพา ตนเอง

ความกระวนกระวายใจจะกลายเป็นความเมตตาเมื่อมันนำพาเราไปสู่การหยุดดิ้นรนและเริ่ม ยอมจำนน

กระจกเงา ช่วงเวลา (ส่วนตัว (การไตร่ตรอง)

นั่ง กับ เหล่านี้ คำถาม ด้วยความศรัทธา:

- ที่ไหน เป็น คุณ คล่องแคล่ว สำหรับ พระเจ้า แต่ ไม่ ที่ พักผ่อน ใน เขา?
- อะไร ภายใน แรงงาน มี พระเจ้า เป็น เชิญชวน คุณ ถึง ปล่อย?
- เป็น คุณ พยายาม ถึง พิสูจน์ บางสิ่งบางอย่าง พระเจ้า มี สัญญาไป แล้วหรือยัง ?

ฮีบรูบทที่ 4 เตือนเราว่า การพักผ่อนจะมาถึงเมื่อเรา หยุดจาก **งาน** ของ **ตนเอง**

การกระทำ สำหรับ การเชื่อฟัง

วันนี้, ฝึกฝน เข้าสู่ พระเจ้า พักผ่อน โดยเจตนา

- ชุด นอกเหนือจากนั้น 10–15 นาที ใน ความเงียบ
- อ่าน **ชาวฮีบรู 4:3–10** ช้า, ออกเสียงดัง ถ้า เป็นไปได้
- ถาม ที่ ศักดิ์สิทธิ์ วิญญาณ:

  "ที่ไหน เช้า ฉัน นิ่ง พยายาม แทน ของ ไว้ใจกันเหรอ?"

เขียน ลง อะไร ที่ วิญญาณ เปิดเผยออกมา

อย่าแก้ไขมัน จงยอมรับมัน

กลุ่ม การอภิปราย คำถาม

1. ยังไง ทำ พระคัมภีร์ กำหนด พักผ่อน แตกต่างกัน จาก วัฒนธรรม?
2. อะไร เป็น ที่ ความแตกต่าง ระหว่าง ทางกายภาพ พักผ่อน และ จิตวิญญาณ พักผ่อน?
3. ยังไง สามารถ พยายาม มีอยู่ สม่ำเสมอ ใน เคร่งศาสนา กิจกรรม?

การอธิษฐาน

พระบิดา ข้าพเจ้าสารภาพว่าข้าพเจ้ามักทำงานในที่ที่พระองค์ทรงทำสำเร็จ แล้ว

สอน ฉัน ถึง เข้า ของคุณ พักผ่อน—ไม่ใช่ ผ่าน ความพยายาม, แต่ ผ่าน ยอมจำนน

ขอให้หัวใจที่สับสนของฉันได้รับการประสานให้เข้าที่เข้าทาง

ที่ไหน ฉัน เช้า พยายามอย่างหนัก สอน ฉัน ถึง

ความไว้วางใจ ข้าพเจ้าเลือกที่จะพักพิงในพระองค์

อาเมน

พยากรณ์ คำประกาศ

ฉัน เข้า พระเจ้า พักผ่อน โดย ศรัทธา.

ฉัน หยุด จาก กำกับตนเอง มุ่งมั่น.

ของฉัน ชีวิต จัดเรียง กับ พระเจ้า ที่เสร็จเรียบร้อย งาน.

ฉัน เช้า เขียนไว้ โดย ที่ วิญญาณ, ไม่ ขับเคลื่อน โดย ความดัน.

ความมุ่งมั่น ถึง การเชื่อฟัง

วันนี้, ฉัน เลือก พักผ่อน เกิน มุ่งมั่น.

ฉัน ผลผลิต ควบคุม ที่ไหน พระเจ้า มี เรียบร้อยแล้ว พูดแล้ว ฉัน

จะ เชื่อมั่น พระเจ้า งาน มากกว่า กว่า ของฉัน ความพยายาม

มองไปข้างหน้าสู่วันที่สอง

ของออกัสติน ความกระสับกระส่าย ทำ ไม่ โดยทันที ตะกั่ว เขา เข้าไปข้างใน พักผ่อน.

มัน นำ เขา เข้าไปข้างใน **ความล่าช้า** — อันตราย นิสัย ของ การรู้ ความจริง แต่ การเลื่อนออกไป การเชื่อฟัง

พรุ่งนี้ เรา จะ เผชิญหน้า คำโกหก ที่ เก็บ มากมาย ผู้ศรัทธา ไม่สงบ:

"ภายหลัง จะ เป็น ง่ายขึ้น."

วัน สอง

เดอะ ค่าใช้จ่าย ของ ล่าช้า และ เดอะ โกหก ของ “ยังไม่ถึงเวลา”

KEY จุดสนใจ พระคัมภีร์

"วันนี้, ถ้า คุณ จะ ได้ยิน ของเขา เสียง ทำ ไม่ แข็งตัว หัวใจ ของคุณ ”

— ฮีบรู 3:7–8

"สำหรับ เรา เป็น พระเจ้า เพื่อน คนงาน... ตอนนี้ เป็น ที่ ยอมรับ เวลา; ดูเถิด “บัดนี้เป็นวันแห่งความรอดแล้ว”

— 1 ชาวโครินธ์ 3:9; 2 ชาวโครินธ์ 6:2

"ทำไม ทำ คุณ รอ? ลุกขึ้น และ เป็น รับบัพติศมา และ ล้าง ห่างออกไป ของคุณ บาปโดยการเรียกขานพระนามของพระเจ้า”

— การกระทำ 22:16

“ใครก็ตาม” รู้ ที่ ขวา สิ่ง ถึง ทำ และ ล้มเหลว ถึง ทำ มัน, สำหรับ เขา มัน เป็น บาป."

— เจมส์ 4:17

ออกัสติน อาศัยอยู่ ช่วงเวลา

ออกัสตินไม่ได้ปฏิเสธพระเจ้า แต่

เขาเลื่อนการทรงสถิตของพระเจ้าออกไป

ยาว ก่อน ของเขา ยอมแพ้, ออกัสติน เคยเป็น มั่นใจ ที่ ศาสนาคริสต์ นั่นเป็น ความจริง เขาชื่นชมความงามของมัน เขายอมรับความสอดคล้องของมัน เขายังปรารถนาใน คำสัญญา ของมันด้วยซ้ำ

แต่ เขา ล่าช้า การเชื่อฟัง

เขาบอกกับตัวเองว่าเขายังไม่พร้อม การเปลี่ยนแปลงจะเกิดขึ้นในภายหลัง การเติบโตต้องใช้เวลา การยอมแพ้สามารถรอได้

และ ดังนั้น เขา อธิษฐาน เอ อันตราย การอธิษฐาน:

ไม่ใช่ ยัง.

อะไร ออกัสติน ทำ ไม่ ตระหนัก เคยเป็น ที่ ล่าช้า เคยเป็น การขึ้นรูป เขา เช่น เช่นเดียวกับการตัดสินใจการเชื่อฟังที่เลื่อนออกไปทุกครั้งจะยิ่งเสริมสร้างนิสัย ทุกครั้งที่พูดว่า "ทีหลัง" ก็จะยิ่งทำให้นิสัยนั้นลึกซึ้งขึ้นแผนก. ทั้งหมด ความลังเล ฝึกอบรม ของเขา จะ ถึง ต้านทาน.

ล่าช้า เคยเป็น ไม่ เป็นกลาง.

ชีวิต บทเรียน

ล่าช้า แข็งตัว อะไร การเชื่อฟัง จะ รักษา.

พระคัมภีร์ไม่ได้มองว่าการเชื่อฟังล่าช้าเป็นสติปัญญา แต่กลับมองว่าเป็นอันตราย พระธรรมฮีบรูเตือนว่าจิตใจจะแข็งกระด้างไม่เพียงแต่จากการกบฏเท่านั้น แต่ยังเกิดจาก **การเลื่อนเวลาออกไปอีก** ด้วย

เดอะ เสียง ของ พระเจ้า เสมอ พูด ใน ที่ ปัจจุบัน ตึงเครียด "วันนี้"

ล่าช้า โน้มน้าว เรา ที่ เวลา จะ ทำ การเชื่อฟัง ง่ายขึ้น. ใน ความเป็นจริง การปล่อยให้เวลาผ่านไปนานเกินไปจะทำให้รูปแบบความสัมพันธ์ฝังลึกมากขึ้น ความผูกพันยิ่งแข็งแกร่งขึ้น และการต่อต้านกลายเป็น เรื่องปกติ

สิ่งที่ดูเหมือนความอดทนอาจเป็นการหลีกเลี่ยง

สิ่งที่ดูเหมือนความระมัดระวังอาจเป็นความกลัว

อะไร รู้สึก ชอบ ภูมิปัญญา อาจ เป็น ความไม่เชื่อ

กระจกเงา ช่วงเวลา (ส่วนตัว (การไตร่ตรอง)

เอา เวลา กับ เหล่านี้ คำถาม:

- อะไร มี พระเจ้า ชัดเจน พูด ถึง คุณ ที่ คุณ มี เลื่อนออกไป?
- ที่ไหน มี คุณ ใช้แล้ว การตระเตรียม เช่น เอ ทดแทน สำหรับ การเชื่อฟัง?
- อะไร ค่าใช้จ่าย มี ล่าช้า เรียบร้อยแล้ว ผลิต ใน ของคุณ ชีวิต?

ทำ ไม่ คำตอบ ในเชิงรับ คำตอบ สุจริต.

การกระทำ สำหรับ การเชื่อฟัง

แยกแยะ **หนึ่ง เฉพาะเจาะจง การเชื่อฟัง** คุณ มี เลื่อนออกไป วันนี้:

- ชื่อ มัน ชัดเจน
- อธิษฐาน เกิน มัน โดยสังเขป
- เอา หนึ่ง คอนกรีต ขั้นตอน ไปทาง นั้น

อย่ารอให้เกิดความมั่นใจ การเชื่อฟังมักจะสร้างความมั่นใจ ไม่ใช่ใน ทางกลับกัน

กลุ่ม การอภิปราย คำถาม

1. ทำไม ทำ ล่าช้า รู้สึก ปลอดภัยกว่า กว่า การไม่เชื่อฟัง?
2. ยังไง ทำ วัฒนธรรม เสริมแรง ที่ ความคิด ที่ "ภายหลัง" เป็น ฉลาด?
3. อะไร เป็น ที่ ความแตกต่าง ระหว่าง ซึ่งรอคอย บน พระเจ้า และ การหลีกเลี่ยง พระเจ้า?

การอธิษฐาน

พ่อครับ ผมสารภาพว่าผมเลื่อนการเชื่อฟังออกไป โดยหลอกตัวเองว่า ผมระมัดระวังแล้ว

ให้อภัย ฉัน สำหรับ ที่ ครั้ง ฉัน ล่าช้า อะไร คุณ ทำ ชัดเจน. ทำให้จิตใจฉันอ่อนโยนลง.

ขอทรงสอนข้าพเจ้าให้ตอบสนองเมื่อพระองค์ตรัส โดยปราศจากการต่อรอง ข้าพเจ้า

เลือกที่จะเชื่อฟังในวันนี้

อาเมน

พยากรณ์ คำประกาศ

ฉัน ตอบกลับ เมื่อไร พระเจ้า พูด.

ของฉัน หัวใจ ซาก อ่อนนุ่ม และ ตอบ สนองช้า

การสูญเสีย ของมัน พลัง เกิน ของฉัน ชีวิต.

วันนี้, ฉัน เชื่อฟัง.

ความมุ่งมั่น ถึง การเชื่อฟัง

วันนี้, ฉัน ปฏิเสธ ที่ โกหก ของ "ไม่ ยัง."

ฉันเลือกที่จะเชื่อฟังในปัจจุบันมากกว่าความตั้งใจในอนาคต ฉัน จะ

กระทำ บน อะไร พระเจ้า มี เรียบร้อยแล้ว เปิดเผยแล้ว

มอง ข้างหน้า ถึง วัน สาม

ของออกัสติน ล่าช้า เคยเป็น ไม่ ราก ใน ความไม่รู้—มัน เคยเป็น ราก ใน **ความปรารถนา ที่ แตกแยก**

พรุ่งนี้ เรา จะ เผชิญหน้า เอ ประเด็น ที่ลึกซึ้งกว่านั้น :

อะไร เกิดขึ้น เมื่อไร เรา ต้องการ พระเจ้า, แต่ ต้องการ บางสิ่งบางอย่าง อื่น มากกว่า?

วัน สาม

เดอะ แยก จะ และ เดอะ ศึก แห่งความปรารถนา

KEY จุดสนใจ พระคัมภีร์

"ฉัน ความสุข ใน ที่ กฎ ของ พระเจ้า ตาม ถึง ที่ ด้านใน ผู้ชาย, แต่ ฉัน ดูอีก กฎ ใน ของฉัน สมาชิก สงคราม ขัดต่อ ที่ กฎ ของ ของฉัน จิตใจ."

— ชาวโรมัน 7:22–23

"เลขที่ หนึ่ง สามารถ ให้บริการ สอง อาจารย์"

— แมทธิว 6:24

"แต่ละ หนึ่ง เป็น ถูกล่อลวง เมื่อไร เขา เป็น วาด ห่างออกไป โดย ของเขา เป็นเจ้าของ ความปรารถนา และ ถูกล่อลวง"

— เจมส์ 1:14

"เหล่านั้น WHO เป็นของ ถึง พระคริสต์ พระเยซู มี ถูกตรึงกางเขน ที่ เนื้อ กับ ของมัน ความหลงใหล และ ความปรารถนา"

— ชาวกาลาเทีย 5:24

ออกัสติน อาศัยอยู่ ช่วงเวลา

การต่อสู้ที่ยิ่งใหญ่ที่สุดของออกัสตินไม่ใช่ความไม่เชื่อ แต่ เป็นการ

แตกแยก

เขาต้องการพระเจ้า เขา

เป็นที่ต้องการ ความศักดิ์สิทธิ์

เขา เป็นที่ต้องการ เสรีภาพ.

และ ที่ ที่ เดียวกัน เวลา, เขา เป็นที่ต้องการ ควบคุม, ความพึงพอใจ, และ ความคุ้นเคย

ความขัดแย้งภายในนี้ทรมานเขาอย่างมาก เขาอธิบายว่าเจตจำนงของเขาแตกแยก—ถูกดึงไปในทิศทางตรงกันข้าม ส่วนหนึ่งของเขาโหยหาพระเจ้า อีกส่วนหนึ่งยึดมั่นอย่างดื้อรั้น กับ นิสัย.

ออกัสติน ทำ ไม่ ขาด ความเชื่อมั่น

เขาขาดความสอดคล้อง

เดอะ โศกนาฏกรรม เคยเป็น ไม่ ที่ เขา ทำ ไม่ ทราบ ที่ ดี—มัน เคยเป็น ที่ การรู้ ดี ทำ ไม่ ยัง ผลิต ที่ จะ ถึง เลือก มัน.

ชีวิต บทเรียน

เอ แยก หัวใจ ผลิต ล่าช้า การเชื่อฟัง

ความต้องการ เป็น ทรงพลัง. พระคัมภีร์ ทำ ไม่ ปัจจุบัน ความต้องการ เช่น เป็นกลาง; มัน กำหนดทิศทาง สิ่งที่เราปรารถนามากที่สุดในที่สุดก็จะครอบงำเรา

เดอะ จะ เป็น ไม่ แข็งแกร่งขึ้น โดย ข้อมูล ตามลำพัง. มัน เป็น แข็งแกร่งขึ้น โดย **เรียงลำดับใหม่ รัก .**

ออกัสติน เรียนรู้ ที่ ที่ การต่อสู้ สำหรับ การเชื่อฟัง เป็น ไม่ อันดับแรก ต่อสู้ ใน พฤติกรรม แต่ในความรัก จนกว่าความปรารถนาจะถูกเผชิญหน้า การเชื่อฟังก็ยังคงเปราะบาง เรา ทำ ไม่ เลือก ขัดต่อ ของเรา แข็งแกร่งที่สุด ความปรารถนา—เรา เลือก **ตาม ถึง มัน .**

กระจกเงา ช่วงเวลา (ส่วนตัว (การไตร่ตรอง)

เอา เวลา กับ เหล่านี้ คำถาม:

- คุณรู้สึกถึงความขัดแย้งระหว่างสิ่งที่คุณรู้กับสิ่งที่คุณ เลือกตรงจุดไหนบ้าง?
- อะไร ความต้องการ มี เป็น การแข่งขัน กับ ของคุณ การเชื่อฟัง ถึง พระเจ้า?
- เป็น คุณ การพยายาม ถึง เชื่อฟัง พระเจ้า ในขณะที่ นิ่ง การปกป้อง บางสิ่งบางอย่าง อื่น?

เป็น ซื่อสัตย์. พระเจ้า เรียบร้อยแล้ว รู้.

การกระทำ สำหรับ การเชื่อฟัง

จงระบุความปรารถนาหนึ่งอย่างที่ทำให้คุณสับสนมา ตลอด วันนี้:

- ชื่อ มัน ก่อน พระเจ้า
- สารภาพ ของมัน อิทธิพล สุจริต
- ถาม พระเจ้า ไม่ แค่ ถึง ยับยั้ง มัน, แต่ ถึง **สั่งซื้อใหม่ ของคุณ รัก**

ทำ ไม่ อธิษฐาน สำหรับ แข็งแกร่งขึ้น พลังใจ.

อธิษฐาน. สำหรับ ลึกกว่า ความรัก สำหรับ พระเจ้า.

กลุ่ม การอภิปราย คำถาม

1. ทำไม ทำ ความรู้ ตามลำพัง ล้มเหลว ถึง ผลิต การเชื่อฟัง?

2. ยังไง ทำ วัฒนธรรม ทำให้เป็นปกติ แยก ความปรารถนา?

3. อะไร ทำ มัน หมายถึง ถึง ตรึงกางเขน เอ ความต้องการ ค่อนข้าง กว่า จัดการ มัน?

การอธิษฐาน

พ่อ, ฉัน สารภาพ ที่ ของฉัน หัวใจ มี เป็น แบ่งแยก ฉัน มี

เป็นที่ต้องการ คุณ, แต่ ไม่ เสมอ อันดับแรก.

สั่งซื้อใหม่ ของฉัน ที่รัก

ย้าย การแข่งขัน ความปรารถนา กับ เอ ยิ่งใหญ่กว่า ความรัก สำหรับ ขอทรง

โปรดรวมใจข้าพเจ้าให้เกรงกลัวพระนามของพระองค์

อาเมน

พยากรณ์ คำประกาศ

ของฉัน หัวใจ เป็น เลขที่ นานกว่า

แบ่งแยกแล้ว

ฉันเป็นของพระเจ้าโดยสมบูรณ์

ทั้งหมด การแข่งขัน ความต้องการ เป็น แพ้ ของมัน อำนาจ.

เจตจำนงของฉันสอดคล้องกับสัจธรรมของพระเจ้า.

ความมุ่งมั่น ถึง การเชื่อฟัง

วันนี้, ฉัน เลือก การจัดเรียง เกิน การตามใจตนเอง

ฉันมอบความปรารถนาที่แตกแยกทั้งหมดไว้ในพระหัตถ์ของ

พระเจ้า

ฉัน จะ ไม่ ปกป้อง อะไร พระเจ้า เป็น ถาม ฉัน ถึง ตรึงกางเขน

มอง ข้างหน้า ถึง วัน สี่

ของออกัสติน แยก จะ นำ เขา ถึง แสวงหา **ความเชื่อ ระบบ ที่ ได้รับการยกเว้น ความปรารถนา มากกว่าการ** รักษา

พรุ่งนี้ เรา จะ เผชิญหน้า เอ อันตราย ทดแทน:

ศาสนา ที่ อธิบาย บาป ปราศจาก การเผชิญหน้า มัน.

วัน สี่

เมื่อไร ความเชื่อ กลายเป็น เอ ที่ ซ่อน

KEY จุดสนใจ พระคัมภีร์

"มี เอ รูปร่าง ของ ความศรัทธาในพระเจ้า แต่ ปฏิเสธ ของมัน พลัง. และ จาก คนแบบนั้นจะหันหนีไป"

— 2 ทิโมธี 3:5

"พวกท่านค้นหาพระคัมภีร์ เพราะคิดว่าในนั้นมีชีวิตนิรันดร์ และ สิ่งเหล่านี้" เป็น พวกเขา ที่ ให้การเป็นพยาน ของ ฉัน. แต่ คุณ เป็น ไม่ เต็มใจ ถึง มา ถึง ฉัน เพื่อท่านจะได้มีชีวิตอยู่"

— จอห์น 5:39–40

"พวกเขา ศาสตราจารย์ ถึง ทราบ พระเจ้า, แต่ ใน งาน พวกเขา ปฏิเสธ เขา."

— ไททัส 1:16

"ศรัทธา โดย ตัวมันเอง ถ้า มัน ทำ ไม่ มี ผลงาน เป็น ตาย."

— เจมส์ 2:17

ออกัสติน อาศัยอยู่ ช่วงเวลา

เมื่อความรู้สึกขัดแย้งในใจของออกัสตินทวีความรุนแรงจนทนไม่ไหว เขาก็ไม่ได้ ยอมจำนน ในทันที

เขา **เปลี่ยน** ความ **เชื่อ**

ไม่ใช่เพราะระบบใหม่นั้นถูกต้อง แต่เพราะมันสะดวก มัน ทำให้ เขาสามารถพูดถึงความดีและความชั่วได้โดยไม่ต้องเผชิญหน้ากับความปรารถนาของตัวเอง ให้ เขา คำอธิบาย แทน ของ การสำนึกผิด ข้อมูลเชิงลึก แทน ของ การเชื่อฟัง

ออกัสติน ทำ ไม่ หยุด การพูด เกี่ยวกับ ความจริง

เขาหยุดปล่อยให้ความจริงพูดกับเขาแล้ว

ความเชื่อของเขานั้นฟังดูเหมือนเป็นเรื่องทางจิตวิญญาณ ดูเหมือนจะมีควจมซับซ้อน และยังอ้างว่า... ศีลธรรม กังวล. แต่ พวกเขา ที่จำเป็น ไม่มีอะไร จาก ของเขา จะ.

ความเชื่อ กลายเป็น เอ ***ที่ลี้ภัย*** —ไม่ใช่ จาก บาป, แต่ จาก ยอมแพ้.

ชีวิต บทเรียน

ไม่ ทั้งหมด ความเชื่อ ผู้นำ ถึง ชีวิต.

ระบบความเชื่อบางระบบอธิบายถึงบาปแทนที่จะเผชิญหน้ากับมัน

พวกเขาเสนอภาษาโดยปราศจากอำนาจปกครอง ความรู้โดยปราศจากการเชื่อฟัง และศาสนาโดยปราศจาก... การสำนึกผิด

พระคัมภีร์เตือนเราว่า เป็นไปได้ที่จะคุ้นเคยกับความจริง แต่กลับปฏิเสธ การเปลี่ยนแปลง เมื่อไร ความเชื่อ เลขที่ นานกว่า ความท้าทาย ความต้องการ, มัน หยุด สิ่งมีชีวิต ศรัทธาและกลายเป็น **สิ่งพราง** ตัว

ศรัทธาที่แท้จริงไม่ได้เพียงแค่ตีความสภาพการณ์ของเรา แต่ **เปลี่ยนสภาพการณ์นั้นเสีย** ต่างหาก

ช่วงเวลาแห่งการทบทวนตนเอง (การไตร่ตรองส่วนตัว)

นั่ง สุจริต กับ เหล่านี้ คำถาม:

- คุณเคยใช้หลักศาสนศาสตร์ หลักคำสอน หรือภาษาทางจิตวิญญาณเพื่อหลีกเลี่ยง การเชื่อฟังหรือไม่?
- ที่ไหน อาจ ของคุณ ความเชื่อ ปลอบโยน คุณ มากกว่า กว่า พวกเขา เผชิญหน้า คุณ?
- เป็น ที่นั่น ใดๆ พื้นที่ ที่ไหน ศรัทธา มี กลายเป็น คำอธิบาย แทน เกี่ยวกับ การเปลี่ยนแปลง?

ทำ ไม่ คำตอบ ในเชิงรับ คำตอบ ด้วยความศรัทธา

การกระทำ สำหรับ การเชื่อฟัง

วันนี้, พิจารณา หนึ่ง ความเชื่อ คุณ ถือ อย่างใกล้ ชิด ถามว่า:

- ทำ นี้ ความเชื่อ ตะกั่ว ฉัน ไปทาง การเชื่อฟัง?
- หรือ ทำ มัน อนุญาต ฉัน ถึง ยังคง ไม่เปลี่ยนแปลงใช่ไหม?

ขอเชิญพระวิญญาณบริสุทธิ์มาเปิดเผยทุกจุดที่ความเชื่อเข้ามาแทนที่ การกลับใจ

แล้ว เอา **หนึ่ง คอนกรีต ขั้นตอน ของ การเชื่อฟัง** ที่ ความเชื่อ มี ล่าช้า.

กลุ่ม การอภิปราย คำถาม

1. ยังไง สามารถ ศาสนา กลายเป็น เอ ซ่อน สถานที่ แทน ของ เอ การรักษา สถานที่?
2. อะไร เป็น ที่ ความแตกต่าง ระหว่าง การรู้ ความจริง และ ผลผลิต ถึง มัน?
3. ทำไม เป็น ความเชื่อ ระบบ ที่ ความต้องการ ไม่มีอะไร บ่อยครั้ง ที่ ที่สุด

มีเสน่ห์?

การอธิษฐาน

พ่อเจ้าข้า ข้าพเจ้าสารภาพว่าบางครั้งข้าพเจ้าหลบอยู่หลังความเชื่อแทนที่จะยอมรับความจริง

จงเปิดโปงความเชื่อใดๆ ที่ให้ความสบายใจแก่ฉันโดยไม่เปลี่ยนแปลงตัวฉัน

จงลอกเปลือกคำอธิบายใดๆ ที่ปกป้องการไม่เชื่อฟังออกไป

ขอทรงนำข้าพเจ้าไปสู่ศรัทธาที่แท้จริง—ศรัทธาที่เชื่อฟัง อาเมน

พยากรณ์ คำประกาศ

ฉัน ทำ ไม่ ซ่อน ด้านหลัง ความเชื่อ

ศรัทธาของฉันก่อให้เกิดการเชื่อฟังและการเปลี่ยนแปลง ความจริง

เผชิญหน้า ฉัน, รักษา ฉัน, และ ผู้นำ ฉัน เข้าไปข้างใน ชีวิต ฉัน เดิน ใน ที่

พลัง ของ ความศรัทธาในพระเจ้า ไม่ ของมัน รูปลักษณ์ **ความมุ่งมั่น ถึง**

การเชื่อฟัง

วันนี้ ข้าพเจ้าขอให้คำมั่นสัญญาว่าจะดำเนินชีวิตตามหลักศรัทธา

ไม่ใช่เพียงแค่แสดงความเชื่อ

ข้าพเจ้าจะยอมให้ความจริงท้าทายความปรารถนาของข้าพเจ้า

ฉัน เลือก การสำนึกผิด เกิน คำอธิบาย.

มอง ข้างหน้า ถึง วัน ห้า

ที่ซ่อนของออกัสตินพังทลายลงในที่สุด

ความจริงใกล้เข้ามาเกินกว่าจะเพิกเฉยได้

พรุ่งนี้ เรา จะ เผชิญหน้า เอ วิกฤต ช่วงเวลา:

อะไร เกิดขึ้น เมื่อไร ความจริง เป็น เลขที่ นานกว่า สามารถหลีกเลี่ยงได้—และ ที่ จะ ต้องเลือกเหรอ?

วัน ห้า

เมื่อความจริงกลายเป็น สิ่งที่หลีกเลี่ยงไม่ได้

KEY จุดสนใจ พระคัมภีร์

“เดอะ แสงสว่าง มี มา เข้าไปข้างใน ที่ โลก, และ ผู้ชาย รัก ความมืด แทนที่จะ แสงสว่าง, เพราะ ของพวกเขา การกระทำ คือ ความชั่วร้าย."

— จอห์น 3:19

"สำหรับ ที่ คำ ของ พระเจ้า เป็น การดำรงชีวิต และ ทรงพลัง... เอ ผู้แยกแยะ ของ ที่ ความคิดและความตั้งใจของหัวใจ”

— ชาวฮีบรู 4:12

"ยังไง ยาว จะ คุณ สะดุด ระหว่าง สอง มีความคิดเห็นอย่างไรบ้าง? ถ้า ที่ ท่านลอร์ด เป็น พระเจ้า, จงติดตาม พระองค์”

— 1 กษัตริย์ 18:21

"เลือก สำหรับ ตัวคุณเอง นี้ วัน ใคร คุณ จะ ให้บริการ."

— โจชัว 24:15

ออกัสติน อาศัยอยู่ ช่วงเวลา

ถึงจุดหนึ่งในชีวิตของออกัสติน เขาเริ่ม **หลีกเลี่ยงสิ่งต่างๆ เคยเป็น เลขที่ เป็นไปไม่ได้ อีกต่อไป** แล้ว

ข้อโต้แย้งพังทลายลง ระบบความเชื่อล่ม

สลาย ความล่าช้า มี สูญหาย ของมัน

ความน่าเชื่อถือ

ความจริง ยืนอยู่ ก่อน เขา—ไม่ใช่ เช่น หนึ่ง ความคิด ถึง ประเมิน, แต่ เช่น เอ เรียก ถึง เชื่อฟัง.

ออกัสติน สามารถ เลขที่ นานกว่า พูด เขา ทำ ไม่ เข้าใจ. เขา สามารถ เลขที่ การเรียกร้องที่ยาวนานขึ้น เขา จำเป็น มากกว่า เวลา. ศาสนาคริสต์ เคยเป็น เลขที่ นานกว่า เอ ไกลออกไป ตัวเลือก; มัน สถานการณ์ได้กลายเป็นการเผชิญหน้าโดยตรง

เดอะ ปัญหา เคยเป็น เลขที่ นานกว่า ความจริง

ปัญหาอยู่ที่ ความ ตั้งใจ

และในขณะนั้นเอง ออกัสตินก็ตระหนักถึงบางสิ่งที่น่าหวาดกลัวและปลดปล่อยไปพร้อมๆ กัน:

ไม่ การเลือก เคยเป็น ตัวมันเอง เอ ทางเลือก.

ชีวิต บทเรียน

ความจริง ในท้ายที่สุด ความต้องการ เอ การตอบสนอง.

มีช่วงเวลาหนึ่งที่แสงสว่างเผยให้เห็นอะไรมากกว่าที่จะอธิบาย

เมื่อพระคัมภีร์หยุดให้ความรู้แก่จิตใจและเริ่มตัดสินหัวใจ เมื่อความเป็นกลางพังทลายลงภายใต้ความกระจ่าง

ณ จุดนั้น ความล่าช้าจะกลายเป็นการไม่เชื่อฟัง และความลังเลใจจะกลายเป็นการ ต่อต้าน

พระเจ้า ทำ ไม่ บังคับ ที่ จะ—แต่ เขา ลบออก ภาพลวงตา

เมื่อไร ความจริง กลายเป็น หลีกเลี่ยงไม่ได้ ที่ เท่านั้น ที่เหลืออยู่ คำถาม เป็น ไม่ *"นี่เป็นเรื่องจริงหรือ?"* แต่ *"ฉันจะเชื่อฟังหรือไม่?"*

กระจกเงา ช่วงเวลา (ส่วนตัว (การไตร่ตรอง)

นั่ง อย่างเงียบๆ กับ เหล่านี้ คำถาม:

- อะไร ความจริง มี กลายเป็น ชัดเจน ใน ของคุณ ชีวิต ที่ คุณ เป็น นิ่ง หลีกเลี่ยง?
- ที่ไหน มี พระเจ้า ลบออก ของคุณ ข้อแก้ตัว แต่ คุณ มี ไม่ ยัง ไม่ได้ตอบกลับใช่ไหม?
- เป็น คุณ ยืน ใน ที่ แสง—หรือ ยืน ใกล้ มัน?

เป็น ซื่อสัตย์. พระเจ้า เป็น กำลังพูด อยู่แล้ว

การกระทำ สำหรับ การเชื่อฟัง

วันนี้, ทำ ไม่ ถาม พระเจ้า สำหรับ มากกว่า ความชัดเจน จง

ขอ **ความกล้าหาญ จาก** พระองค์

- แยกแยะ หนึ่ง พื้นที่ ที่ไหน ความจริง มี กลายเป็น แน่แท้
- พูด มัน ออกเสียงดัง ถึง พระเจ้า
- พูด นี้ การอธิษฐาน ช้า:

  "พระเจ้าข้า" ฉัน จะ เลขที่ นานกว่า หลีกเลี่ยง อะไร คุณ มี ทำ ชัดเจน."

แล้ว เอา หนึ่ง ขั้นตอน ของ อย่างไรก็ตาม การเชื่อฟัง เล็ก— ใน วัน *นี้*

กลุ่ม การอภิปราย คำถาม

1. ทำไม ทำ ความชัดเจน บางครั้ง เพิ่มขึ้น ความต้านทาน แทน ของ การเชื่อฟัง?
2. ยังไง สามารถ ความใกล้ชิด ถึง ความจริง สร้าง ที่ ภาพลวงตา ของ ศรัทธา?
3. อะไร เกิดขึ้น เมื่อไร ผู้เชื่อ ยังคง ยังไม่ตัดสินใจ สำหรับ ด้วย ยาว?

การอธิษฐาน

พ่อ, ฉัน สารภาพ ที่ ที่นั่น เป็น ความจริง ฉัน มี ยืนอยู่ ใกล้ แต่ ไม่ ก้าว เข้าไป. ถอดออก ห่างออกไป ทั้งหมด ขอโทษ ที่ เก็บ ฉัน จาก การเชื่อฟัง

ขอความกล้าจากที่ที่ความชัดเจนมีอยู่แล้ว เลือก แสงสว่าง เกิน

ปลอบโยน, ความจริง เกิน ล่าช้า. อาเมน.

พยากรณ์ คำประกาศ

ฉันตอบสนองต่อความจริงด้วยการเชื่อฟัง

ฉันไม่หลบซ่อนอยู่ในความลังเลอีกต่อไป

เดอะ แสงสว่าง ของ พระเจ้า ผู้นำ ของฉัน

ขั้นตอนต่างๆ วันนี้ฉันเลือกพระเจ้า

ความมุ่งมั่น ถึง การเชื่อฟัง

วันนี้, ฉัน ให้สัญญา ถึง ตอบกลับ ที่ไหน พระเจ้า มี พูด ชัดเจน

ผมปฏิเสธความเป็นกลางและการถ่วงเวลา

ฉัน เลือก การเชื่อฟัง ตอนนี้.

มอง ข้างหน้า ถึง วัน หก

เมื่อไร ความจริง กลายเป็น หลีกเลี่ยงไม่ได้ ออกัสติน ถึง เอ การแตกหัก ประเด็น—ไม่ใช่ ของ ความเชื่อ แต่ ของ **ความแข็งแกร่ง** .

พรุ่งนี้ เรา จะ ใบหน้า เอ ความเป็นจริง มากมาย ผู้เชื่อ เผชิญ:

อะไร เกิดขึ้น เมื่อไร ที่ จะ ต้องการ ถึง เชื่อฟัง—แต่ รู้สึก ไร้อำนาจ ถึง ทำ ดังนั้น?

วัน หก

เมื่อความตั้งใจล้มเหลวและ พระคุณ เข้ามาแทรกแซง ต้อง แทรกแซง

K**EY จุดสนใจ พระคัมภีร์**

"ถึง จะ เป็น ปัจจุบัน กับ ฉัน, แต่ ยังไง ถึง ดำเนินการ อะไร เป็น ดี ฉัน ทำ ไม่หา."

— ชาวโรมัน 7:18

"ของฉัน พระคุณ เป็น เพียงพอ สำหรับ คุณ, สำหรับ ของฉัน ความแข็งแกร่ง เป็น ทำ สมบูรณ์แบบ ใน ความอ่อนแอ"

— 2 ชาวโครินธ์ 12:9

"เพราะพระเจ้าทรงเป็นผู้ทรงสถิตอยู่ในท่านทั้งหลาย ทั้งในด้านความตั้งใจและการกระทำเพื่อพระประสงค์ของพระองค์" ความพึงพอใจ."

— ชาวฟิลิปปี 2:13

"เลขที่ หนึ่ง สามารถ มา ถึง ฉัน เว้นเสียแต่ว่า ที่ พ่อ WHO ส่งแล้ว ฉัน การจับฉลาก เขา."

— จอห์น 6:44

ออกัสติน อาศัยอยู่ ช่วงเวลา

ออกัสตินต้องการเชื่อฟัง

นั่นแหละคือปัญหา

ของเขา จิตใจ เคยเป็น มั่นใจ. ของเขา มโนธรรม เคยเป็น ตื่น. ของเขา ความต้องการ สำหรับ พระเจ้า มันเป็นเรื่องจริง ยัง เมื่อไร เขา พยายาม ถึง เปลี่ยน, เขา ค้นพบ เอ เจ็บปวด ความจริง: **ความต้องการ เพียงลำพังไม่**เพียงพอ

เขา สามารถ ชื่อ อะไร เคยเป็น ถูกต้อง เขา

สามารถ อธิบาย อะไร เคยเป็น จริงอยู่

เขาอาจปรารถนาความศักดิ์สิทธิ์ได้

แต่ เขา สามารถ ไม่ ทำ ตัวเขาเอง ฟรี.

เดอะ จะ มี ตื่นขึ้นแล้ว—แต่ ความแข็งแกร่ง มี ไม่ มาถึงแล้ว.

นี่คือจุดที่ผู้เชื่อหลายคนรู้สึกท้อแท้ พวกเขาเข้าใจผิดว่าความไม่สามารถคือความไม่จริงใจและความอ่อนแอคือความเสแสร้ง นักบุญออกัสตินได้เรียนรู้บางสิ่ง แตกต่าง: นี้ ช่วงเวลา เคยเป็น ไม่ ความล้มเหลว—มัน เคยเป็น **การตระเตรียม** .

ชีวิต บทเรียน

พลังใจ ไม่สามารถ ผลิต การเปลี่ยนแปลง

พระคัมภีร์ ไม่เคย คำสัญญา ที่ เรา จะ เชื่อฟัง ผ่าน ความแข็งแกร่ง ของ แก้ไขปัญหา คำสัญญาดังกล่าวระบุว่าพระเจ้าทรงสถิตอยู่ในเรา ทั้งในด้านความปรารถนา *และ* ความสามารถใน การเชื่อฟัง

เดอะ ช่วงเวลา ความตั้งใจ ล้มเหลว เป็น ไม่ ที่ จบ ของ ที่ การเดินทาง. มัน เป็น บ่อยครั้ง ประตูสู่พระคุณ

เกรซ เป็น ไม่ พระเจ้า การช่วยเหลือ คุณ พยายาม ยากขึ้น

เกรซ เป็น พระเจ้า ทำ ใน คุณ อะไร คุณ ไม่สามารถ ทำ ตัวคุณเอง.

จนกระทั่ง เรา เข้าถึง ที่ จบ ของ ตัวเราเอง, เรา บ่อยครั้ง ความเข้าใจผิด พระคุณ

กระจกเงา ช่วงเวลา (ส่วนตัว (การไตร่ตรอง)

นั่ง อย่างเงียบๆ กับ เหล่านี้ คำถาม:

- ที่ไหน มี คุณ พยายาม ถึง เชื่อฟัง พระเจ้า ใน ของคุณ เป็นเจ้าของ ความแข็งแกร่ง?
- อะไร นิสัย หรือ ลวดลาย มี ต่อต้าน ของคุณ ดีที่สุด ความพยายาม?
- คุณตีความความอ่อนแอว่าเป็นคุณสมบัติที่ไม่เหมาะสม แทนที่จะ เป็นคำเชิญใช่หรือไม่?

เป็น ซื่อสัตย์. นี้ เป็น ศักดิ์สิทธิ์ พื้น.

การกระทำ สำหรับ การเชื่อฟัง

วันนี้, หยุด การพยายาม ถึง พิชิต อะไร พระเจ้า ต้องการ ถึง **พก** .

- แยกแยะ หนึ่ง พื้นที่ ที่ไหน คุณ รู้สึก ไร้อำนาจ
- พูด มัน ออกเสียงดัง ถึง พระเจ้า ปราศจาก การกล่าวโทษ ตัวเอง
- อธิษฐาน นี้ ประโยค ช้าๆ:

  "พระเจ้าข้า" ฉัน ไม่สามารถ ทำ นี้ ปราศจาก คุณ."

แล้ว พักผ่อน. เกรซ งาน ดีที่สุด ที่ไหน พยายาม หยุด.

กลุ่ม การอภิปราย คำถาม

1. ทำไม ทำ เรา ต้านทาน ยอมรับ ความอ่อนแอ?
2. ยังไง ทำ ความพยายามด้วยตนเอง บิดเบือน ของเรา ความเข้าใจ ของ พระคุณ?
3. อะไร ทำ มัน หมายถึง สำหรับ พระเจ้า ถึง งาน ใน เรา ทั้งคู่ ถึง จะ และ ถึง ทำ?

การอธิษฐาน

พ่อ, ฉัน สารภาพ ที่ ฉัน มี พยายาม ถึง เชื่อฟัง คุณ กับ ของฉัน เป็นเจ้าของ ความแข็งแกร่ง ฉัน มี พึ่งพา บน ความตั้งใจ ที่ไหน ฉัน จำเป็น พระคุณ

ฉัน นำมา คุณ ของฉัน ความอ่อนแอ—ไม่ใช่ เช่น หนึ่ง ขอโทษ, แต่ เช่น หนึ่ง การถวาย

ขอทรง ทำในข้าพเจ้าในสิ่งที่ข้าพเจ้าทำเองไม่ได้

อาเมน

พยากรณ์ คำประกาศ

ฉัน ทำ ไม่ พึ่งพา บน ของฉัน เป็นเจ้าของ

ความเข้มแข็ง พระเจ้าทรงทำงานอยู่ภายในตัวฉัน

พระคุณทรงทำให้สิ่งที่ความตั้งใจอย่างเดียวทำไม่ได้สำเร็จ ฉัน เช้า

สิ่งมีชีวิต แปลงสภาพ โดย พระเจ้า พลัง.

ความมุ่งมั่น ถึง การเชื่อฟัง

วันนี้, ฉัน ปล่อย ความพยายามด้วยตนเอง

ฉัน ขึ้นอยู่กับ เต็มที่ บน ที่ พระคุณ ของ พระเจ้า.

ฉัน จะ อนุญาต พระเจ้า ถึง งาน ใน ฉัน—ทั้งสองอย่าง ถึง จะ และ ถึง ทำ.

มอง ข้างหน้า ถึง วัน เจ็ด

ของออกัสติน ความก้าวหน้า ทำ ไม่ มา ผ่าน ความพยายาม—มัน มา ผ่าน

การ **ขัดจังหวะ**

พรุ่งนี้ เรา จะ เผชิญ เอ การกำหนด ช่วงเวลา:

เมื่อไร พระเจ้า พูด และ ความต้านทาน พังทลาย

วัน เจ็ด

หยิบไปอ่าน: เมื่อพระเจ้าทรงเข้ามาขัดจังหวะการต่อสู้

KEY จุดสนใจ พระคัมภีร์

"ของคุณ คำ เป็น เอ โคมไฟ ถึง ของฉัน เท้า และ เอ แสงสว่าง ถึง ของฉัน เส้นทาง."

— บทเพลงสดุดี 119:105

"สำหรับ ที่ คำ ของ พระเจ้า เป็น การดำรงชีวิต และ ทรงพลัง... เอ ผู้แยกแยะ ของ ที่ ความคิดและความตั้งใจของหัวใจ"

— ชาวฮีบรู 4:12

"ดังนั้น แล้ว ศรัทธา มา โดย การได้ยิน และ การได้ยิน โดย ที่ คำ ของ พระเจ้า."

— ชาวโรมัน 10:17

"วันนี้, ถ้า คุณ จะ ได้ยิน ของเขา เสียง ทำ ไม่ แข็งตัว หัวใจ ของคุณ "

— ชาวฮีบรู 3:15

ออกัสติน อาศัยอยู่ ช่วงเวลา

ออกัสตินมาถึงจุดสิ้นสุดของตัวเองแล้ว

เขาไม่ได้ถกเถียงเรื่องความจริงอีกต่อไป

เขา เคยเป็น เลขที่ นานกว่า การเลื่อนออกไป การเชื่อฟัง

เขา เคยเป็น เลขที่ นานกว่า แสร้งทำ ความแข็งแกร่ง เขา ทำ ไม่ มี.

เขาร้องไห้ ไม่ใช่เพราะเขาสงสัยในพระเจ้า แต่เพราะเขาไม่สามารถเปลี่ยนแปลง ตัวเองได้

และ แล้ว พระเจ้า ถูกขัดจังหวะ

ไม่ใช่ด้วยเสียงฟ้าร้อง

ไม่ใช่ด้วยการโต้แย้ง ไม่ใช่ กับ

คำอธิบาย ด้วยเสียงพูด

"เอา และ อ่าน."

เดอะ สั่งการ เคยเป็น เรียบง่าย. มัน เสนอ เลขที่ ปลอบโยน, เลขที่ การเจรจาต่อรอง ไม่มีเหตุผล มัน ทำ ไม่ ถาม ออกัสติน ถึง รู้สึก พร้อมแล้ว—เท่านั้น ถึง ตอบกลับ.

เกรซ ทำ ไม่ เสมอ มาถึง เช่น ความโล่งใจ

บางครั้งมันมาในรูปแบบของ **การ** ชี้นำ

ชีวิต บทเรียน

ความก้าวหน้า บ่อยครั้ง มา เมื่อไร พยายาม จบ.

พระเจ้า คำ เป็น ไม่ เพียงแค่ ข้อมูล—มัน เป็น การ **แทรกแซง** พระคัมภีร์ มัน ไม่ ได้แค่สั่งสอนเท่านั้น แต่ยังช่วยขจัดความวุ่นวายภายในและปรับสมดุลเจตจำนงอีกด้วย

ของออกัสติน การต่อสู้ ทำ ไม่ จบ เพราะ เขา ในที่สุด พยายาม ยากขึ้น มัน จบลงเพราะ พระเจ้า พูด และ ออกัสติน ตอบแล้ว

เมื่อไร พระเจ้า พูด การเชื่อฟัง กลายเป็น เป็นไปได้—ไม่ใช่ เพราะ ความแข็งแกร่งปรากฏขึ้น แต่ เพราะ พระคุณ เปิดใช้งาน

กระจกเงา ช่วงเวลา (ส่วนตัว (การไตร่ตรอง)

เป็น นิ่ง กับ เหล่านี้ คำถาม:

- ที่ไหน มี คุณ ถึง ที่ จบ ของ ของคุณ เป็นเจ้าของ ความแข็งแกร่ง?
- อะไร เรียบง่าย คำแนะนำ อาจ พระเจ้า เรียบร้อยแล้ว เป็น การให้ คุณ?
- เป็น คุณ ซึ่งรอคอย สำหรับ การบรรเทา เมื่อไร พระเจ้า เป็น ถาม เพื่อ การตอบสนอง?

ทำ ไม่ รีบ. ฟัง.

การกระทำ สำหรับ การเชื่อฟัง

วันนี้, อนุญาต พระเจ้า คำ ถึง ขัดจังหวะ คุณ.

- ชุด นอกเหนือจากนั้น 15 นาที ปราศจาก สิ่งรบกวน
- เปิด พระคัมภีร์—ไม่ใช่ ถึง ศึกษา, แต่ ถึง **ได้ยิน**
- ถาม ที่ ศักดิ์สิทธิ์ วิญญาณ:

  "อะไร เป็น คุณ ถาม ฉัน ถึง ทำ?"

เมื่อไร ความชัดเจน มาแล้ว กระทำ—โดยไม่มี ล่าช้า.

กลุ่ม การอภิปราย คำถาม

1. ทำไม ทำ พระเจ้า บ่อยครั้ง พูด อย่างง่าย ที่ เด็ดขาด ช่วงเวลา?
2. ยังไง สามารถ พระคัมภีร์ การทำงาน เช่น การขัดจังหวะ ค่อนข้าง กว่า ข้อมูล?

3. อะไร เก็บ เรา จาก ตอบกลับ โดยทันที เมื่อไร พระเจ้า พูดเหรอ?

การอธิษฐาน

พ่อ, ฉัน ขอบคุณ คุณ ที่ คุณ พูด เมื่อไร ฉัน เช้า อ่อนแอ ขัดจังหวะ ของฉัน

พยายาม กับ ของคุณ คำ.

ให้ ฉัน หู ถึง ได้ยิน และ ความกล้าหาญ ถึง ตอบกลับ ฉัน เลือก

การเชื่อฟัง เมื่อไร คุณ พูด.

อาเมน

พยากรณ์ คำประกาศ

ฉันได้ยินเสียงของ พระเจ้า คำ กำกับ

ของฉัน ขั้นตอน

การต่อสู้ ให้ ทาง ถึง การเชื่อฟัง พระคุณ เสริมพลัง

ของฉัน การตอบสนอง.

ความมุ่งมั่น ถึง การเชื่อฟัง

วันนี้, ฉัน ให้สัญญา ถึง ตอบกลับ เมื่อไร พระเจ้า เขาพูดแล้ว

ฉันจะไม่ยึดเวลาหรือเจรจาต่อรอง

ฉัน จะ เชื่อฟัง ที่ คำ ฉัน ได้ยิน.

มอง ข้างหน้า ถึง วัน แปด

การแทรกแซง ของออกัสติน นำ ไปสู่ **การตัดสินใจ** — แต่ การตัดสินใจ นั้นนำ ไปสู่... การ **สละ**

พรุ่งนี้ เรา จะ เผชิญหน้า ที่ ค่าใช้จ่าย ของ การเชื่อฟัง:

อะไร ต้อง ตก ห่างออกไป เมื่อไร พระคุณ นำไป ถือ?

วัน แปด

เมื่อพระคุณเรียกร้องให้ สละ

KEY จุดสนใจ พระคัมภีร์

"ถ้า ใครก็ได้ ความปรารถนา ถึง มา หลังจาก ฉัน, อนุญาต เขา ปฏิเสธ ตัวเขาเอง และ เอา ขึ้นไป หาเขา ข้าม รายวัน, และ ติดตาม ฉัน."

— ลุค 9:23

"ใส่ ปิด, เกี่ยวกับ ของคุณ อดีต จัดการ, ที่ เก่า ผู้ชาย ที่ การทุจริตเพิ่มมากขึ้น ตาม ถึง ที่ หลอกลวง ตัณหา"

— เอเฟซัส 4:22

"แต่ อะไรก็ตาม สิ่งของ คือ ได้รับ ถึง ฉัน, เหล่านี้ ฉัน มี นับ การสูญเสีย สำหรับ พระคริสต์"

— ชาวฟิลิปปี 3:7–8

"อนุญาต เรา วาง นอกเหนือจากนั้น ทั้งหมด น้ำหนัก, และ ที่ บาป ที่ ดังนั้น อย่างง่ายดาย ดักจับ เรา."

— ชาวฮีบรู 12:1

ออกัสติน อาศัยอยู่ ช่วงเวลา

เมื่อไร พระคุณ ในที่สุด แตกหัก ผ่าน, **ออกัสติน ของ ฮิปโป** ทำ ไม่ อย่างง่าย รู้สึกได้ รับการให้อภัย

เขา **เปลี่ยน ทิศทาง .**

เกรซ ทำ ไม่ ต่อรอง กับ ของเขา เก่า ชีวิต. มัน ทำ ไม่ เสนอ การอยู่ร่วมกัน เรียกร้อง การสละ. ออกัสติน เข้าใจแล้ว ที่ ยอมแพ้ หมายถึง มากกว่าแค่ความเห็นพ้องภายใน—มันต้องการการแยกออกจากรูปแบบและความทะเยอทะยานอย่างชัดเจน และ เอกสารแนบ ที่ สามารถ เลขที่ นานกว่า ยังคง.

นี้ เคยเป็น ไม่ การลงโทษ

มันคือการจัดแนว

เกรซ มี ปล่อยตัว เขา, แต่ เสรีภาพ ที่จำเป็น ปล่อย.

ชีวิต บทเรียน

เกรซ ทำ ไม่ เท่านั้น การช่วยเหลือ—มัน สั่งซื้อซ้ำ

การสละสิทธิ์ เป็น ไม่ ที่ ราคา เรา จ่าย สำหรับ พระคุณ; มัน เป็น ที่ **ผลไม้** ของ พระคุณ เมื่อพระเจ้าทรงเข้ามาครอบครองจิตใจ สิ่งต่างๆ บางอย่างก็ไม่อาจคงอยู่ได้อีกต่อไป ไม่ใช่เพราะสิ่งเหล่านั้นดูเป็นบาปเสมอไป แต่เพราะสิ่งเหล่านั้นแย่งชิง อำนาจกัน

การสละสิทธิ์ คำตอบ หนึ่ง คำถาม อย่างชัดเจน:

WHO เป็น ใน ค่าใช้จ่าย ตอนนี้?

อะไร เรา ปฏิเสธ ถึง ปล่อย ในท้ายที่สุด ต้านทาน ของเรา การเชื่อฟัง

กระจกเงา ช่วงเวลา (ส่วนตัว (การไตร่ตรอง)

นั่ง สุจริต กับ เหล่านี้ คำถาม:

- อะไร ทำ พระคุณ ฟรี คุณ จาก ที่ คุณ เป็น นิ่ง การถือ ต่อไป?
- มีความสัมพันธ์ นิสัย หรือความทะเยอทะยานใดบ้างที่ขัดแย้งกับ อำนาจของพระเจ้า?
- อะไร มี พระเจ้า เรียบร้อยแล้ว เน้นย้ำ เช่น เอ "น้ำหนัก," ไม่ แค่ เอ บาป?

ทำ ไม่ พิสูจน์ให้เห็นว่าสมควรหรือไม่ ฟัง.

การกระทำ สำหรับ การเชื่อฟัง

วันนี้, ฝึกฝนอย่างตั้งใจ การสละ.

- แยกแยะ **หนึ่ง สิ่ง** พระเจ้า เป็น ถาม คุณ ถึง ปล่อย
- ชื่อ มัน ชัดเจน ก่อน เขา
- เอา เอ จับต้องได้ ขั้นตอน ถึง ยกเลิกการเชื่อมต่อ จาก มัน

การสละสิทธิ์ กลายเป็น จริง เมื่อไร มัน เป็น ดำเนินการ เมื่อ.

กลุ่ม การอภิปราย คำถาม

1. ทำไม ทำ การสละ รู้สึก ชอบ การสูญเสีย สม่ำเสมอ เมื่อไร มัน ผู้นำ ถึง เสรีภาพ?
2. ยังไง สามารถ ดี สิ่งของ กลายเป็น น้ำหนัก?
3. อะไร เป็น ที่ ความแตกต่าง ระหว่าง การจัดการ บาป และ การตรึงกางเขน มัน?

การอธิษฐาน

พ่อ, ฉัน ขอบคุณ คุณ สำหรับ ที่ พระคุณ ที่ มี ติดต่อ ฉันแล้ว

ให้ ฉัน ความกล้าหาญ ถึง ปล่อย อะไร เลขที่ นานกว่า เป็นของ ใน ของฉัน ชีวิต

ฉันเลือกความสอดคล้องมากกว่าการยึดติด

ฉัน ยอมแพ้ อย่างเต็มที่—ไม่ใช่ บางส่วน อาเมน

พยากรณ์ คำประกาศ

เกรซ ปกครอง ของฉัน ชีวิต.

ทั้งหมด การแข่งขัน เอกสารแนบ เป็น แพ้ ของมัน ถือ.

ฉัน เดิน ฟรี เพราะ ฉัน มี ปล่อยแล้ว อะไร ครั้งหนึ่ง ผูกพัน ฉัน.

พระคริสต์เท่านั้นที่เป็นพระเจ้า.

ความมุ่งมั่น ถึง การเชื่อฟัง

วันนี้, ฉัน สละสิทธิ์ อะไร พระเจ้า มี ระบุแล้ว

ฉันจะไม่ยึดติดกับสิ่งที่พระคุณได้ก้าวข้ามไปแล้ว ฉัน เลือก

เสรีภาพ ผ่าน ยอมแพ้.

มอง ข้างหน้า ถึง วัน เก้า

การสละสร้างพื้นที่ว่าง—แต่พื้นที่ว่างนั้นต้องถูก **เติม** เต็ม พรุ่งนี้ เรา จะ สำรวจ

อะไร ติดตาม ปล่อย:

อะไร เกิดขึ้น เมื่อไร พระเจ้า เริ่มต้น ถึง สั่งซื้อใหม่ ความต้องการ และ สร้าง สาขาวิชา ใหม่ ๆ เหรอ?

วัน เก้า

เมื่อพระเจ้าทรงจัดระเบียบความปรารถนาใหม่และ สร้างนิสัยใหม่

K **EY จุดสนใจ พระคัมภีร์**

"ความสุข" ตัวคุณเอง อีกด้วย ใน ที่ พระเจ้า และ เขา จะ ให้ คุณ ที่ ความปรารถนาในใจของคุณ"

— บทเพลงสดุดี 37:4

"เป็น แปลงสภาพ โดย ที่ การต่ออายุ ของ ของคุณ จิตใจ."

— ชาวโรมัน 12:2

"เหล่านั้น WHO เป็นของ ถึง พระคริสต์ พระเยซู มี ถูกตรึงกางเขน ที่ เนื้อ กับ ของมัน ความหลงใหล และ ความปรารถนา"

— ชาวกาลาเทีย 5:24

"การลงโทษ ตัวคุณเอง สำหรับ ที่ วัตถุประสงค์ ของ ความศรัทธาในพระเจ้า"

— 1 ทิโมธี 4:7

ออกัสติน อาศัยอยู่ ช่วงเวลา

หลังจากสละ ทางโลกแล้ว **ออกั สติน ของ ฮิปโป** ไม่ได้คิดว่าการต่อสู้จบ ลงแล้ว

เกรซ มี ปล่อยตัว เขา—แต่ เสรีภาพ มี ถึง เป็น **ก่อตัว** ขึ้น

เดอะ เก่า ความปรารถนา ทำ ไม่ หายไป ค้างคืน. เดอะ ความแตกต่าง เคยเป็น ที่ พวกเขา ไม่อีกต่อไป ปกครอง. ออกัสติน เข้าใจแล้ว ที่ พระเจ้า ทำ ไม่ เพียงแค่ ลบ ความปรารถนาบาป; เขา **จัดระเบียบความรักใหม่** สิ่งที่เคยครอบงำหัวใจถูกแทนที่ด้วยสิ่งอื่น ยิ่งใหญ่กว่า

นี้ การสั่งซื้อใหม่ ที่จำเป็น เจตนา. ออกัสติน โอบกอด การอธิษฐาน พระคัมภีร์ และจังหวะชีวิตที่เป็นระเบียบวินัย—ไม่ใช่ในฐานะภาระผูกพันทางศาสนา แต่เป็นเส้นทางที่พระคุณจะหล่อหลอมสัญชาตญาณใหม่ๆ

เสรีภาพ เคยเป็น ตอนนี้ สิ่งมีชีวิต ได้รับการฝึกฝนมาแล้ว

ชีวิต บทเรียน

พระเจ้า แปลง เรา โดย การปรับรูปร่าง อะไร เรา รัก.

ความปรารถนาไม่ได้หายไป แต่มันถูกเปลี่ยนทิศทาง ชีวิตคริสเตียนไม่ใช่ การกดข่มความโหยหา แต่เป็นการบ่มเพาะความรักอันศักดิ์สิทธิ์ สิ่งที่ดึงดูด ใจในที่สุดก็จะควบคุมพฤติกรรม

การสร้างนิสัยใหม่ไม่ใช่ความพยายามที่จะได้รับความ เมตตา

เป็น การตอบสนอง ถึง พระคุณ

การลงโทษ สร้าง ช่องว่าง สำหรับ ความต้องการ ถึง เปลี่ยน.

กระจกเงา ช่วงเวลา (ส่วนตัว (การไตร่ตรอง)

สะท้อน ด้วยความศรัทธา:

- อะไร ความปรารถนา มี พระเจ้า เรียบร้อยแล้ว เริ่มต้น ถึง กะ ใน คุณ?
- ที่ เก่า นิสัย เป็น เลขที่ นานกว่า คำตัดสิน แต่ นิ่ง ปัจจุบัน?
- อะไร ใหม่ การปฏิบัติ สามารถ เสริมสร้าง ของคุณ การจัดเรียง กับ พระเจ้า?

ทำ ไม่ ชัง เล็ก จุดเริ่มต้น การก่อตัว เป็น ค่อยเป็นค่อยไป

การกระทำ สำหรับ การเชื่อฟัง

วันนี้, สร้าง **หนึ่ง ศักดิ์สิทธิ์ นิสัย** เลือก หนึ่ง:

- เอ ชุด เวลา สำหรับ การอธิษฐาน
- รายวัน พระคัมภีร์ การอ่าน
- ความเงียบ และ การสะท้อน
- เจตนา ความรับผิดชอบ

ให้สัญญา ถึง มัน สำหรับ ที่ ต่อไป เจ็ด วัน—ไม่ใช่ อย่างสมบูรณ์แบบ แต่ ด้วยความซื่อสัตย์

กลุ่ม การอภิปราย คำถาม

1. ทำไม ทำ การลงโทษ รู้สึก จำกัด ก่อน มัน รู้สึก ปลดปล่อย?
2. ยังไง ทำ นิสัย รูปร่าง ความต้องการ เมื่อเวลา ผ่านไป ?
3. อะไร การปฏิบัติ มี ที่สุด ช่วย คุณ ยังคง จัดเรียง กับ พระเจ้า?

การอธิษฐาน

พ่อ, ขอบคุณ คุณ สำหรับ ปลดปล่อย ฉัน โดย ของคุณ พระคุณ

สอน ฉัน ถึง รัก อะไร คุณ รัก.

ปรับเปลี่ยนความปรารถนาของฉันและฝึกฝนสัญชาตญาณของฉันให้มุ่งสู่ความดีงาม

สร้างขึ้น นิสัย ใน ของฉัน ชีวิต ที่ เก็บ ฉัน จัดเรียง กับ คุณ.

อาเมน

พยากรณ์ คำประกาศ

ของฉัน ความปรารถนา เป็น สิ่งมีชีวิต เรียงลำดับใหม่

โดย พระเจ้า ข้าพเจ้า

ชื่นชมยินดีในพระเจ้าเหนือสิ่งอื่นใดทั้งปวง

นิสัยใหม่ๆ กำลังก่อตัวขึ้น ซึ่งช่วยเสริมสร้างศรัทธาของฉัน

ฉันกำลังเปลี่ยนแปลงไปทุกวัน

ความมุ่งมั่น ถึง การเชื่อฟัง

วันนี้, ฉัน ให้สัญญา ถึง มีระเบียบวินัย การจัดเรียง

ฉัน จะ เพาะปลูก นิสัย ที่ บำรุง ของฉัน ความศรัทธา ถึง พระเจ้า

ฉันเลือกการพัฒนามากกว่าความคุ้นเคย

มอง ข้างหน้า ถึง วัน สิบ

เช่น ของออกัสติน ความปรารถนา คือ เรียงลำดับใหม่แล้ว พระเจ้า เริ่มต้น ถึง **มอบหมาย เขา ด้วย** ความ **รับผิดชอบ**

พรุ่งนี้ เรา จะ สำรวจ เอ สติสัมปชัญญะ ความจริง:

เสรีภาพ เป็น ไม่ ที่ สิ้นสุด—การดูแลรักษา ติดตาม พระคุณ

วัน สิบ

เมื่อพระคุณมอบ ความรับผิดชอบให้

KEY จุดสนใจ พระคัมภีร์

"ถึง ใคร มาก เป็น ที่ให้ไว้, จาก เขา มาก จะ เป็น ที่จำเป็น."

— ลูค 12:48

"นอกจากนี้ มัน เป็น ที่จำเป็น ใน พนักงานต้อนรับ ที่ หนึ่ง เป็น พบ ซื่อสัตย์."

— 1 ชาวโครินธ์ 4:2

"เป็น ผู้กระทำ ของ ที่ คำ, และ ไม่ ผู้ฟัง เท่านั้น."

— เจมส์ 1:22

"เรา เป็น ทูต สำหรับ พระคริสต์"

— 2 ชาวโครินธ์ 5:20

ออกัสติน อาศัยอยู่ ช่วงเวลา

เช่น พระคุณ เรียงลำดับใหม่ ของเขา ความปรารถนา และ เสถียร ของเขา การเชื่อฟัง **ออกัสติน** ฤดูกาลใหม่ **ของฮิปโป เริ่มต้นขึ้นแล้ว**

พระเจ้า เริ่มต้น ถึง **มอบหมาย เขา กับ ความรับผิดชอบ .**

ออกัสตินไม่ได้แสวงหาอิทธิพล เขาแสวงหาความซื่อสัตย์ อย่างไรก็ตาม ความรับผิดชอบก็เกิดขึ้นตามมาจากการเปลี่ยนแปลง คำพูดของเขามีน้ำหนัก การกระทำของเขาถูกจับตามอง การเชื่อฟังของเขาเริ่มส่งผลกระทบต่อผู้อื่น

เกรซไม่เพียงแต่ช่วยชีวิตเขาเท่านั้น แต่

ยังช่วยวางรากฐานที่ดีให้กับเขาด้วย

การเปลี่ยนแปลงนี้ทำให้เขาตระหนักถึงความจริง ออกัสตินเข้าใจว่าเสรีภาพไม่ใช่ การอนุญาต ถึง สด อย่างไม่เป็นทางการ—มัน เคยเป็น เอ เรียก ถึง สด **อย่างระมัดระวัง .** ของเขา ชีวิต เคยเป็น เลขที่ ไม่ใช่เรื่องส่วนตัวอีกต่อไปแล้ว เพราะ มีคนกำลังอ่านอยู่

ชีวิต บทเรียน

เกรซ เสมอ ผู้นำ ถึง การดูแลรักษา.

พระเจ้า ทำ ไม่ ฟรี เรา ดังนั้น เรา สามารถ กลับ ถึง กำกับตนเอง การดำรงชีวิต. เขา ฟรี เรา เพื่อที่เราจะได้เป็นตัวแทนของพระองค์อย่างดี ทุกของประทานแห่งพระคุณล้วนมีภารกิจแฝงอยู่ ไม่ว่าจะเป็นภารกิจที่มองเห็นได้หรือซ่อนเร้นอยู่ ก็ตาม

ความรับผิดชอบไม่ใช่ความกดดัน แต่

เป็นความไว้วางใจ

เมื่อพระเจ้าทรงมอบความรับผิดชอบให้ พระองค์ไม่ได้ทรงเรียกร้องความสมบูรณ์แบบ แต่ทรง เรียกร้อง ความ **ซื่อสัตย์**

กระจกเงา ช่วงเวลา (ส่วนตัว (การไตร่ตรอง)

สะท้อน สุจริต:

- ที่ไหน มี พระเจ้า เรียบร้อยแล้ว ได้รับความไว้วางใจ คุณ กับ อิทธิพล?
- WHO เป็น ได้รับผลกระทบ โดย ของคุณ การเชื่อฟัง หรือ การไม่เชื่อฟัง?
- มี คุณ ได้รับการรักษา พระคุณ เช่น การบรรเทา แทน ของ ความรับผิดชอบ?

อนุญาต เหล่านี้ คำถาม ค้นหา ของคุณ หัวใจ.

การกระทำ สำหรับ การเชื่อฟัง

วันนี้, แยกแยะ **หนึ่ง พื้นที่ ของ การดูแลจัดการ** ใน ของคุณ ชีวิต อาจจะเป็น:

- เอ ความสัมพันธ์
- เอ บทบาท
- เอ ของขวัญ
- เอ คำให้การ

ถาม พระเจ้า:

"ยังไง สามารถ ฉัน แทน คุณ ด้วยความภักดี ที่นี่?"

แล้ว เอา หนึ่ง โดยเจตนา การกระทำ ที่ สะท้อนให้เห็น พระคริสต์

กลุ่ม การอภิปราย คำถาม

1. ทำไม ทำ เรา บางครั้ง ต้านทาน ความรับผิดชอบ หลังจาก เสรีภาพ?

2. ยังไง ทำ การดูแลจัดการ แตกต่างกัน จาก ความดัน?

3. อะไร ทำ มัน หมายถึง ถึง สด เช่น เอ มองเห็นได้ ตัวแทน ของ พระคริสต์?

การอธิษฐาน

พ่อ, ขอบคุณ คุณ สำหรับ ที่ พระคุณ ที่ มี เปลี่ยน ฉัน.

สอน ฉัน ถึง พก ความรับผิดชอบ กับ ความอ่อนน้อมถ่อมตน และ ความซื่อสัตย์ ช่วยเหลือ ฉัน แทน คุณ ดี ใน ทั้งหมด สถานที่ คุณ มี ได้รับความไว้วางใจ ถึง ฉัน. ฉัน เลือก การดูแลจัดการ เกิน ความสะดวก.

อาเมน

พยากรณ์ คำประกาศ

ฉัน เช้า เอ ซื่อสัตย์ สจ๊วต ของ พระเจ้า พระคุณ

ชีวิตของฉันสะท้อนถึงพระคริสต์ไม่ว่าฉันจะอยู่ที่ไหน

ความรับผิดชอบทำให้ฉันเชื่อฟังมากขึ้น

ฉัน สด เช่น หนึ่ง เอกอัครราชทูต ของ พระคริสต์

ความมุ่งมั่น ถึง การเชื่อฟัง

วันนี้, ฉัน ให้สัญญา ถึง ซื่อสัตย์ การดูแลรักษา.

ฉัน จะ สด โดยเจตนา การรู้ ของฉัน ชีวิต เป็น อ่าน โดย คนอื่นๆ ฉัน เลือก ความซื่อสัตย์ ใน อะไร พระเจ้า มี ได้รับความไว้วางใจ ถึง ฉัน.

มอง ข้างหน้า ถึง วัน สิบเอ็ด

เช่น ความรับผิดชอบ เพิ่มขึ้น, ออกัสติน ค้นพบ เอ ใหม่ ท้าทาย:

ยังไง ทำ คุณ ยังคง ถ่อมตน เมื่อไร อิทธิพล เติบโต?

พรุ่งนี้ เรา จะ เผชิญหน้า เอ ละเอียดอ่อน อันตราย:

เมื่อไร ประโยชน์ คุกคาม การพึ่งพา บน พระเจ้า.

วัน สิบเอ็ด

เดอะ อันตราย ของ ประโยชน์ โดยปราศจาก การพึ่งพา

KEY จุดสนใจ พระคัมภีร์

"ปราศจาก ฉัน คุณ สามารถ ทำ ไม่มีอะไร."

— จอห์น 15:5

"อนุญาต เขา WHO คิดว่า เขา ยืน เอา ใส่ใจ เกรงว่า เขา ตก."

— 1 ชาวโครินธ์ 10:12

"เรา มี นี้ สมบัติ ใน ดิน เรือ ที่ ที่ ความเป็นเลิศ ของ ที่ อำนาจอาจ เป็น ของ พระเจ้า และ ไม่ ของ เรา."

— 2 ชาวโครินธ์ 4:7

"ไม่ ที่ เรา เป็น เพียงพอ ของ ตัวเราเอง... แต่ ของเรา ความเพียงพอ เป็น จาก พระเจ้า."

— 2 ชาวโครินธ์ 3:5

ออกัสติน อาศัยอยู่ ช่วงเวลา

เช่น ความรับผิดชอบ เพิ่มขึ้น, **ออกัสติน ของ ฮิปโป** กลายเป็น มีประโยชน์ มากขึ้นเรื่อยๆ

ประชากร ฟังแล้ว ชีวิต คือ

รูปทรง. ความจริง เคยเป็น

ชี้แจงแล้ว

และ ที่ เคยเป็น แม่นยำ ที่ อันตราย.

ออกัสตินเข้าใจว่าประโยชน์ใช้สอยสามารถเข้ามาแทนที่การพึ่งพาได้อย่างเงียบๆ หากขาดความระมัดระวัง ของขวัญที่พระเจ้าประทานให้นั้นสามารถกลายเป็นสิ่งทดแทนพระเจ้าได้

อิทธิพลสามารถบรรเทาความสิ้นหวังได้ ความคุ้นเคยกับความจริงสามารถลดความกระหายพระคุณได้

ออกัสติน ต่อต้าน นี้ การเคลื่อนตัว โดยเจตนา เขา จดจำ ด้วย ชัดเจน เขา เคยเป็นคนที่ปราศจากพระคุณ เขาปฏิเสธที่จะเชื่อมั่นในสติปัญญาของตนเองมากกว่า การทรงสถิต ของพระเจ้า

ความมีประโยชน์ไม่ได้ทำให้เขารู้สึกประทับใจ

สิ่งที่ยึดเหนี่ยวเขาไว้คือความพึ่งพา

ชีวิต บทเรียน

พระเจ้า ความปรารถนา การพึ่งพา มากกว่า กว่า ประโยชน์ใช้สอย

ความอุดมสมบูรณ์ ปราศจาก การพึ่งพา เป็น ไม่ยั่งยืน พระคัมภีร์ สอน กิ่ง นั้น ไม่ได้ออกผลด้วยความพยายาม แต่ด้วยการคงอยู่เชื่อมต่อกับ เถาองุ่น

ประโยชน์ใช้สอย กลายเป็น อันตราย เมื่อไร:

- เรา พึ่งพา บน การให้ของขวัญ แทน ของ พระคุณ
- เรา ทดแทน กิจกรรม สำหรับ ความใกล้ชิด
- เรา เชื่อมั่น ประสบการณ์ มากกว่า กว่า พระเจ้า

การพึ่งพาอาศัยกันทำให้ช่องทางนั้นเปิดอยู่เสมอ หากปราศจากมัน แม้แต่การกระทำที่ดีก็ไร้ ความหมาย

กระจกเงา ช่วงเวลา (ส่วนตัว (การไตร่ตรอง)

สะท้อน อย่างระมัดระวัง:

- ที่ไหน มี พระเจ้า ทำ คุณ มีประสิทธิภาพ หรือ ได้ผลลัพธ์ที่ดีหรือไม่?
- มี ประสิทธิผล ลดลง ของคุณ ความรู้สึก ของ ความต้องการ สำหรับ พระเจ้า?
- เป็น คุณ การพึ่งพา บน อดีต การเผชิญหน้า แทน ของ ปัจจุบัน การพึ่งพา?

อนุญาต เหล่านี้ คำถาม ปรับเทียบใหม่ ของคุณ หัวใจ.

การกระทำ สำหรับ การเชื่อฟัง

วันนี้, ฝึกฝน **โดยเจตนา การ** พึ่งพา

- หยุดชั่วคราว ก่อน ทั้งหมด งาน สำคัญ
- รับทราบ พระเจ้า โดยการพูด:

  "พระเจ้าข้า" ฉัน ความต้องการ คุณ สำหรับ นี้."
- ปฏิเสธ ถึง พึ่งพา เพียงอย่างเดียว บน ประสบการณ์ หรือ

การพึ่งพา ทักษะ เป็น ไม่ ความอ่อนแอ—มัน เป็น ภูมิปัญญา.

กลุ่ม การอภิปราย คำถาม

1. ทำไม ทำ ประโยชน์ บ่อยครั้ง อ่อนแอลง การพึ่งพา?
2. ยังไง สามารถ จิตวิญญาณ ความสำเร็จ สร้าง จิตวิญญาณ ช่องโหว่?
3. อะไร การปฏิบัติ ช่วย บำรุงรักษา ความใกล้ชิด กับ พระเจ้า ท่ามกลาง ความรับผิดชอบ?

การอธิษฐาน

พ่อ, ฉัน สารภาพ ที่ ฉัน บางครั้ง พึ่งพา บน อะไร คุณ มี ที่ให้ไว้ ฉัน แทนที่จะ เป็นบนตัวคุณ

คืนค่า ของฉัน การพึ่งพา

สอน ฉัน ถึง ยังคง เชื่อมต่อ ถึง คุณ ใน ทั้งหมด ฉัน

เลือกความใกล้ชิดมากกว่าความเป็นอิสระ

อาเมน

พยากรณ์ คำประกาศ

ฉัน ยังคง ขึ้นอยู่กับ บน พระเจ้า.

ของฉัน ความเพียงพอ เป็น ไม่ ใน ของฉัน ความสามารถ แต่ ใน ของเขา

พระคุณ ผลแห่งความดีเกิดขึ้นจากความใกล้ชิด ไม่ใช่จากความพยายาม

ฉัน อยู่ ใน พระคริสต์ รายวัน.

ความมุ่งมั่น ถึง การเชื่อฟัง

วันนี้, ฉัน ให้สัญญา ถึง ยั่งยืน ใน พระคริสต์

ฉัน จะ ไม่ เชื่อมั่น ของฉัน ประโยชน์ มากกว่า กว่า พระเจ้า การปรากฏตัว ฉัน

เลือก การพึ่งพา ที่ ทั้งหมด เวที ของ ความอุดมสมบูรณ์

มอง ข้างหน้า ถึง วัน สิบสอง

เช่น ออกัสติน ยังคงอยู่ ขึ้นอยู่กับ, พระเจ้า อนุญาต เขา ถึง ใบหน้า บางสิ่งบางอย่างที่ลึกซึ้งกว่าแค่ประโยชน์ใช้สอยหรือความล้มเหลว:

แก้ไข.

พรุ่งนี้ เรา จะ เผชิญหน้า เอ การกลั่น ความจริง:

ยังไง ทำ เอ ซื่อสัตย์ คนรับใช้ รับ การแก้ไข ปราศจาก ความต้านทาน?

วัน สิบสอง

เมื่อพระเจ้าทรงตักเตือนผู้ที่พระองค์ ทรงไว้วางใจ

KEY จุดสนใจ พระคัมภีร์

"สำหรับ ใคร ที่ ท่านลอร์ด รัก เขา ลงโทษ และ ภัยพิบัติ ทั้งหมด บุตรชายที่พระองค์ทรงรับไว้"

— ชาวฮีบรู 12:6

"เช่น มากมาย เช่น ฉัน รัก, ฉัน ตำหนิ และ ลงโทษ. ดังนั้น เป็น กระตือรือร้น และ จงกลับใจ"

— วิวรณ์ 3:19

"อนุญาต เอ ชอบธรรม ผู้ชาย โจมตี ฉัน; มัน จะ เป็น เอ ความเมตตา."

— บทเพลงสดุดี 141:5

"พระคัมภีร์ทุกตอนได้รับการดลใจจากพระเจ้า และเป็นประโยชน์สำหรับหลักคำสอน เพราะว่า การตำหนิ สำหรับ การแก้ไข สำหรับ คำแนะนำ ใน ความชอบธรรม"

— 2 ทิโมธี 3:16

ออกัสติน อาศัยอยู่ ช่วงเวลา

เมื่อ **ออกัสตินแห่งฮิปโป** มีอิทธิพลและความรับผิดชอบมากขึ้น พระเจ้าก็ไม่ได้ทรงละทิ้งการแก้ไขตักเตือนจากชีวิตของเขา

เขา **เพิ่มขึ้น มัน** .

การแก้ไข มา ผ่าน พระคัมภีร์. ผ่านเสียงที่น่าเชื่อถือ.

ผ่าน สถานการณ์ ที่ ถูกเปิดเผย ตาบอด จุด.

ออกัสตินไม่ได้ตีความการแก้ไขว่าเป็นการปฏิเสธ แต่เขาเห็นว่ามันเป็น **หลักฐาน ของ เชื่อมั่น** . พระเจ้าแก้ไข อะไร เขา ตั้งใจ ถึง เก็บ. เขา สาขาวิชา สิ่งที่ พระองค์ทรงวางแผนจะใช้

แทนที่จะขัดขืน ออกัสตินกลับโน้มตัวเข้าไปใกล้ (แก้ไข) ทำ

ไม่ ลดลง ของเขา อำนาจ มันได้ขัดเกลามันแล้ว

ชีวิต บทเรียน

การแก้ไข เป็น เอ เข้าสู่ระบบ ของ ความเป็นบุตร ไม่ ความล้มเหลว.

ผู้ที่พระเจ้าไม่ทรงแก้ไขนั้น ไม่ได้รับการเตรียมพร้อม—พวกเขากำลังถูก... ซ้าย ตามลำพัง. พระคัมภีร์ ทำให้ มัน ชัดเจน: การแก้ไข เป็น การพิสูจน์ ของ ความสัมพันธ์.

จิตวิญญาณ วุฒิภาวะ เป็น ไม่ เปิดเผย โดย ที่ การขาดหายไป ของ การแก้ไข แต่ โดย ที่ **การตอบสนอง** ถึง มัน.

การแก้ไข ช่วยลด ความเย่อหยิ่ง ทำให้ วิจารณญาณ เฉียบคม ขึ้น และ รักษา ผลผลิตที่ดีไว้ได้

กระจกเงา ช่วงเวลา (ส่วนตัว (การไตร่ตรอง)

สะท้อน สุจริต:

- ยังไง ทำ คุณ โดยปกติ ตอบกลับ ถึง แก้ไข?
- ทำ คุณ รับ ตำหนิ ในเชิงรับ หรือ อย่างรอบคอบ?
- มี พระเจ้า เป็น การเน้นย้ำ หนึ่ง พื้นที่ ที่ กำหนดให้มี การปรับแต่ง?

ทำ ไม่ รีบ อดีต การตัดสินลงโทษ รับ มัน เช่น รัก.

การกระทำ สำหรับ การเชื่อฟัง

วันนี้, ฝึกฝน **ความสามารถในการเรียน** รู้

- เชิญ พระเจ้า ถึง ค้นหา ของคุณ หัวใจ (สดุดี) 139:23–24)
- ฟัง อย่างระมัดระวัง ถึง พระคัมภีร์ และ ที่ปรึกษา
- ถ้า การแก้ไข เป็น ชัดเจน, ตอบกลับ ปราศจาก ล่าช้า

การแก้ไข หมี ผลไม้ เมื่อไร มัน เป็น ดำเนินการ เมื่อ.

กลุ่ม การอภิปราย คำถาม

1. ทำไม ทำ การแก้ไข รู้สึก คุกคาม ถึง ที่ อาตมา?
2. ยังไง สามารถ การแก้ไข อนุรักษ์ ระยะยาว ความอุดมสมบูรณ์?
3. อะไร แยกแยะ ศักดิ์สิทธิ์ การแก้ไข จาก การประณาม?

การอธิษฐาน

พ่อ, ขอบคุณ คุณ สำหรับ ความรัก ฉัน เพียงพอ ถึง ถูกต้อง ฉัน. ลบออก การป้องกันตนเอง จาก ของฉัน หัวใจ.

สอน ฉัน ถึง รับ คำแนะนำ กับ ความอ่อนน้อมถ่อมตน และ ความกตัญญู.

รูปร่าง ฉัน เข้าไปข้างใน เอ เรือ คุณ สามารถ

ความไว้วางใจ อาเมน

พยากรณ์ คำประกาศ

ฉัน รับ พระเจ้า การแก้ไข กับ ความอ่อนน้อม ถ่อมตน

การแก้ไขทำให้ฉันได้รับการขัดเกลา ไม่ได้ทำให้ฉันถูกปฏิเสธ

ฉัน เติบโต แข็งแกร่งขึ้น ผ่าน พระเจ้า ความรัก วินัย

ข้าพเจ้ายังคงพร้อมที่จะเรียนรู้จากพระเจ้า

ความมุ่งมั่น ถึง การเชื่อฟัง

ไม่ ขัดขืน จะ ตอบกลับ อย่างรวดเร็ว ที่ไหน พระเจ้า นักโทษ ฉัน.

ฉัน เลือก การเจริญเติบโต เกิน ความภาคภูมิใจ.

มอง ข้างหน้า ถึง วัน สิบสาม

เช่น ออกัสติน ส่งแล้ว ถึง การแก้ไข พระเจ้า เริ่มต้น ถึง ทำให้ลึกซึ้งยิ่งขึ้น สิ่งสำคัญอย่างยิ่งสำหรับการเป็นผู้นำและการมีอายุการทำงานที่ยาวนาน:

ความเห็นอกเห็นใจ

พรุ่งนี้ เรา จะ สำรวจ:

ยังไง ความแตกหัก กลายเป็น เอ แหล่งที่มา ของ ความอ่อนโยน ค่อนข้าง กว่า ความขมขื่น

วัน สิบสาม

จาก ความแตกหัก ถึง ความเมตตา

KEY จุดสนใจ พระคัมภีร์

"ได้รับพร" เป็น ที่ เมตตา สำหรับ พวกเขา จะ รับ ความเมตตา"

— แมทธิว 5:7

"จงปลอบโยนผู้ที่ประสบความทุกข์ยากด้วยการปลอบโยนที่เราเองได้รับจาก พระเจ้า"

— 2 ชาวโครินธ์ 1:4

"จดจำ เหล่านั้น WHO เป็น ผูกพัน, เช่น ถ้า ผูกพัน กับ พวกเขา."

— ชาวฮีบรู 13:3

"เอ ฟกช้ำ กก เขา จะ ไม่ หยุดพัก."

— อิสยาห์ 42:3

ออกัสติน อาศัยอยู่ ช่วงเวลา

เช่น **ออกัสติน ของ ฮิปโป** สุก ใน ศรัทธา, บางสิ่งบางอย่าง เงียบ แต่ เกิดเหตุการณ์ ที่ลึกซึ้งขึ้น ของเขา อดีต หยุด กล่าวหา เขา—และ เริ่ม **การสอน เขา** .

ออกัสตินไม่ได้ลืมว่าเขาเคยเป็นใคร เขาปล่อยให้พระคุณเข้ามาตีความเรื่องราวของเขาใหม่ ความล้มเหลวเดียวกันที่เคยทำให้เขารู้สึกอับอาย ตอนนี้กลับกลายเป็นความเห็นอก เห็นใจ เดียวกัน การต่อสู้ ที่ครั้งหนึ่ง ถูกกดขี่เป็นทาส เขา ตอนนี้ ช่วย เขา จำได้ ความเจ็บปวด ใน กรณีอื่นๆ

เขาแก้ไขข้อผิดพลาดโดยปราศจากความ โหดร้าย

เผชิญหน้า บาป ปราศจาก ความดูหมิ่น

เขาชี้นำผู้ที่อ่อนแอโดยไม่ใจร้อน ความแตกสลาย หายดีแล้ว โดย พระคุณ

กลายเป็น ความเห็นอกเห็นใจ

ชีวิต บทเรียน

หายดีแล้ว ความแตกหัก ผลิต ความอ่อนโยน ไม่ ความเหนือกว่า

พระเจ้า ทำ ไม่ ลบ ของเรา อดีต; เขา แลกรับ มัน. เมื่อไร ความแตกหัก เป็น ส่งไปยัง พระคุณ มัน กลายเป็น เอ สะพาน ค่อนข้าง กว่า เอ สิ่งกีดขวาง ความเห็นอกเห็นใจ เป็น เกิด ไม่ แม้จะ อยู่ไกล แต่ก็ยังคงอยู่ในความทรงจำ

เหล่านั้น WHO ลืม ที่ไหน พวกเขา คือ ได้รับการช่วยเหลือ จาก บ่อยครั้ง สูญเสีย ความอดทน ร่วมกับ ผู้อื่น

เหล่านั้น WHO จดจำ กลายเป็น อ่อนโยน ปราศจาก กลายเป็น อนุญาต.

กระจกเงา ช่วงเวลา (ส่วนตัว (การไตร่ตรอง)

สะท้อน ด้วยความศรัทธา:

- อะไร ชิ้นส่วน ของ ของคุณ อดีต มี พระเจ้า เรียบร้อยแล้ว แลกรับแล้วใช่ไหม?
- ที่ไหน อาจ ของคุณ หายดีแล้ว บาดแผล เป็น หมายถึง ถึง ให้บริการ คนอื่น?
- ทำ คุณ ถูกต้อง คนอื่น กับ ความอดทน หรือ แห้ว?

ถาม พระเจ้า ถึง จัดแนว ของคุณ หัวใจ กับ ของเขา.

การกระทำ สำหรับ การเชื่อฟัง

วันนี้, ฝึกฝน **โดยเจตนา ความเห็นอก** เห็นใจ

- แยกแยะ หนึ่ง บุคคล WHO เป็น การดิ้นรน
- ตอบกลับ กับ ความอดทน ค่อนข้าง กว่า การตัดสิน
- เสนอ การมีอยู่, การอธิษฐาน หรือ กำลังใจ

อนุญาต พระคุณ ไหล ภายนอก เช่น มัน ครั้งหนึ่ง ไหล ถึง คุณ.

กลุ่ม การอภิปราย คำถาม

1. ยังไง สามารถ การระลึกถึง ของเรา อดีต ปกป้อง เรา จาก จิตวิญญาณ ความภาคภูมิใจ?
2. อะไร เป็น ที่ ความแตกต่าง ระหว่าง ความเห็นอกเห็นใจ และ ประนีประนอม?
3. ยังไง ทำ พระเจ้า ใช้ ของเรา เรื่องราว ถึง ให้บริการ คนอื่น?

การอธิษฐาน

พ่อ, ขอบคุณ คุณ สำหรับ การไถ่ถอน ของฉัน ความแตกหัก สอน ฉัน ถึง

ขยาย ที่ เดียวกัน ความเมตตา ฉัน มี ได้รับแล้ว

โปรดปกป้องหัวใจของฉันจากความโหดร้าย

อนุญาต ความเห็นอกเห็นใจ ไหล ผ่าน ฉัน เช่น หลักฐาน ของ ของคุณ พระคุณ อาเมน

พยากรณ์ คำประกาศ

ของฉัน หัวใจ สะท้อนให้เห็น ที่ ความเมตตา ของ พระเจ้า.

เกรซ มี แปลงสภาพ ของฉัน ความแตกหัก เข้าไปข้างใน ความเห็นอกเห็นใจ ฉัน

ตอบกลับ ถึง คนอื่น กับ ความอดทน และ รัก.

เดอะ ความเมตตา ฉัน มี ได้รับ, ฉัน อิสระ ให้.

ความมุ่งมั่น ถึง การเชื่อฟัง

วันนี้, ฉัน ให้สัญญา ถึง เดิน ด้วย ความเห็นอกเห็นใจ

ฉัน จะ ไม่ ลืม ที่ไหน พระเจ้า ได้รับการช่วยเหลือ ฉัน จาก ฉัน

เลือก ความอ่อนโยน รูปทรง โดย ความจริง.

มอง ข้างหน้า ถึง วัน สิบสี่

เช่น ความเห็นอกเห็นใจ ลึกซึ้งยิ่งขึ้น ออกัสติน พบเจอ เอ ใหม่ ความตึงเครียด: **อย่างไร ทำ**

คุณ รัก ประชากร อย่างลึกซึ้ง ปราศจาก แพ้ ความชัดเจน ของ ความจริง?

พรุ่งนี้เราจะมาสำรวจกัน:

ถือ ความจริง และ รัก ปราศจาก ประนีประนอม.

วัน ความจริง สิบสี่ประการ พูด ใน

รัก

KEY จุดสนใจ พระคัมภีร์

"การพูด" ที่ ความจริง ใน รัก, เรา อาจ เติบโต ขึ้น ใน ทั้งหมด สิ่งของ เข้าไปข้างใน พระองค์ผู้ทรงเป็นหัวหน้า—คือพระคริสต์"

— เอเฟซัส 4:15

"อนุญาต ของคุณ คำพูด เสมอ เป็น กับ พระคุณ มีประสบการณ์ ใส่ เกลือด้วย"

— โคโลสเซียน 4:6

"ซื่อสัตย์ เป็น ที่ บาดแผล ของ เอ เพื่อน."

— สุภาษิต 27:6

"เดอะ ภูมิปัญญา ที่ เป็น จาก ข้างบน เป็น อันดับแรก บริสุทธิ์, แล้ว สงบสุข อ่อนโยน."

— เจมส์ 3:17

ออกัสติน อาศัยอยู่ ช่วงเวลา

เช่น **ออกัสติน ของ ฮิปโป** สุก, เขา เคยเป็น เพิ่มมากขึ้นเรื่อยๆ เรียกว่า ถึง เผชิญหน้ากับข้อผิดพลาด ความสับสน และ บาป—ทั้งสองอย่าง ใน บุคคล และ ใน ที่ คริสตจักร.

เขารู้ถึงอันตรายของความจริงที่โหดร้าย เขา อีกด้วย รู้

ที่ อันตราย ของ เงียบ รัก.

ออกัสติน มี อาศัยอยู่ บน ทั้งคู่ ด้านข้าง เขา มี ครั้งหนึ่ง เป็น แก้ไขแล้ว ไร้ซึ่ง ความเห็นอกเห็นใจ และ มี ต่อต้าน มัน. ตอนนี้, รูปทรง โดย พระคุณ เขา เรียนรู้ ถึง พูด ความจริง ใน เอ ทาง ที่ ได้รับเชิญ การสำนึกผิด ค่อนข้าง กว่า การป้องกันตนเอง

เขา ทำ ไม่ เจือจาง ความจริง ถึง อนุรักษ์ ความสงบ.

เขา ทำ ไม่ ใช้อาวุธ ความจริง ถึง ยืนยัน ควบคุม. เขา พูด เช่น

หนึ่ง WHO มี เป็น หายดีแล้ว

ชีวิต บทเรียน

ความจริงและความรักไม่ใช่สิ่งที่ตรงข้ามกัน แต่เป็นสิ่งที่คู่กัน

ความจริงที่ปราศจากความรักจะกลายเป็นความโหดร้าย

รัก ปราศจาก ความจริง กลายเป็น ประนีประนอม.

จิตวิญญาณ วุฒิภาวะ เป็น เปิดเผย ไม่ โดย การหลีกเลี่ยง แข็ง การสนทนา แต่ ขึ้นอยู่กับ **วิธีที่** เราปฏิสัมพันธ์กับพวกเขา พระคัมภีร์สอนว่าการเติบโตเกิดขึ้นเมื่อพูดความจริงด้วยความอ่อนน้อมถ่อมตน ความอดทน และความห่วงใยอย่างแท้จริงต่อ การฟื้นฟู ของผู้อื่น

ความรักเป็นตัวกำหนด โทน **เสียง** ความจริง

กำหนด **ทิศทาง**

กระจกเงา ช่วงเวลา (ส่วนตัว (การไตร่ตรอง)

สะท้อน สุจริต:

- ทำ คุณ หลีกเลี่ยง ความจริง ถึง เก็บ ความสงบ?
- หรือ ทำ คุณ พูด ความจริง ปราศจาก คำนึงถึง สำหรับ ความอ่อนโยน?
- ยังไง ทำ ของคุณ โทนเสียง สะท้อน ของคุณ หัวใจ?

เชิญ พระเจ้า ถึง ค้นหา ทั้งคู่ ของคุณ คำ และ แรงจูงใจ ของคุณ

การกระทำ สำหรับ การเชื่อฟัง

วันนี้, ฝึกฝน **ความจริง รัก** .

- แยกแยะ หนึ่ง การสนทนา คุณ มี หลีกเลี่ยง หรือ จัดการไม่ถูกต้อง
- อธิษฐาน สำหรับ ความอ่อนน้อมถ่อมตน และ ความชัดเจน
- ถ้า เหมาะสม, เอา หนึ่ง ขั้นตอน ไปทาง ซื่อสัตย์, การสนทนา อย่างสุภาพ

ทำ ไม่ จุดมุ่งหมาย ถึง ชนะ. จุดมุ่งหมาย ถึง คืนค่า.

กลุ่ม การอภิปราย คำถาม

1. ทำไม เป็น มัน ยาก ถึง ถือ ความจริง และ รัก ด้วยกัน?
2. ยังไง ทำ กลัว อิทธิพล ของเรา การสื่อสาร?
3. อะไร แยกแยะ ศักดิ์สิทธิ์ การแก้ไข จาก ส่วนตัว คำวิจารณ์?

การอธิษฐาน

พ่อ, สอน ฉัน ถึง พูด ความจริง เช่น คุณ ทำ.

ลบ ความรุนแรง จาก ของฉัน คำ และ กลัว จาก ของฉัน การเชื่อฟัง ให้ รัก รูปร่าง ของฉัน โทนเสียง และ ความจริง แนะนำ ของฉัน ข้อความ.

ใช้ ของฉัน คำ ถึง รักษา, ไม่ อันตราย. อาเมน.

พยากรณ์ คำประกาศ

ของฉัน คำ สะท้อน ที่ หัวใจ ของ พระคริสต์

ข้าพเจ้าพูดความจริงด้วยความรักและความชัดเจน

พระเจ้า ใช้ ของฉัน เสียง ถึง นำมา การบูรณะ

ฉัน เติบโต ใน วุฒิภาวะ ผ่าน เชื่อฟัง การสื่อสาร.

ความมุ่งมั่น ถึง การเชื่อฟัง

วันนี้, ฉัน ให้สัญญา ถึง พูด ความจริง ใน รัก.

ฉันจะไม่หลีกเลี่ยงความซื่อสัตย์หรือละทิ้งความเห็นอกเห็นใจ

ฉันเลือกที่จะสื่อสารแบบอย่างพระคริสต์

มอง ข้างหน้า ถึง วัน สิบห้า

เช่น ออกัสติน ต่อเนื่อง ถึง ตะกั่ว, เขา เผชิญหน้า อื่น ท้าทาย:

อะไร เกิดขึ้น เมื่อไร การเชื่อฟัง ค่าใช้จ่าย ชื่อเสียง, ปลอบโยน, หรือ ความปลอดภัย?

พรุ่งนี้ เรา จะ สำรวจ:

การนับ ที่ ค่าใช้จ่าย ปราศจาก ถอยกลับ จาก ความซื่อสัตย์

วัน สิบห้า

เดอะ ค่าใช้จ่าย ของ ซื่อสัตย์ การเชื่อฟัง

KEY จุดสนใจ พระคัมภีร์

"ใครก็ตาม" ทำ ไม่ หมี ของเขา ข้าม และ มา หลังจาก ฉัน ไม่สามารถ เป็น ของฉัน ศิษย์"

— ลุค 14:27

"ใช่, และ ทั้งหมด WHO ความต้องการ ถึง สด ศักดิ์สิทธิ์ ใน พระคริสต์ พระเยซู จะ ทุกข์ทรมาน การข่มเหงรังแก"

— 2 ทิโมธี 3:12

"อนุญาต เรา ไป ไปข้างหน้า ถึง เขา, ข้างนอก ที่ ค่าย, แบริ่ง ของเขา การตำหนิ"

— ชาวฮีบรู 13:13

"สำหรับ อะไร จะ มัน กำไร เอ ผู้ชาย ถ้า เขา กำไร ที่ ทั้งหมด โลก, และ การสูญเสีย ของเขา จิตวิญญาณ ของตัวเอง หรือ?"

— เครื่องหมาย 8:36

ออกัสติน อาศัยอยู่ ช่วงเวลา

ตามที่ **ออกัสตินกล่าว ไว้ ของ ฮิปโป** เริ่มมีความซื่อสัตย์มากขึ้น การเชื่อฟังเริ่มทำให้เขาต้องเสียสละมากกว่าแค่ความพยายาม

มัน ค่าใช้จ่าย เขา

ความสะดวกสบาย

นั้นทำให้เขาสูญเสียความสบ

ายใจไป

มัน ค่าใช้จ่าย เขา การอนุมัติ.

การยืนหยัดเพื่อความจริงนำมาซึ่งการต่อต้าน

การทำหน้าที่ดูแลเอาใจใส่ผู้อื่นอย่างซื่อสัตย์นำมาซึ่งความเข้าใจผิด ปฏิเสธ ประนีประนอม ได้รับเชิญ คำวิจารณ์

ออกัสติน เรียนรู้ว่า การเชื่อฟัง ทำ ไม่ เสมอ ตะกั่ว ถึง เสียงปรบมือ—บ่อยครั้ง มัน ผู้นำ ถึง การแยกตัว.

ยัง เขา ทำ ไม่ การถอยทัพ

เขา มี เรียบร้อยแล้ว เรียนรู้ ที่ ประนีประนอม ค่าใช้จ่าย มากกว่า กว่า การเชื่อฟัง จะเป็นเช่นนั้น เสมอไป

ชีวิต บทเรียน

การเชื่อฟัง เสมอ แบกรับ เอ ค่าใช้จ่าย—แต่ การไม่เชื่อฟัง ค่าใช้จ่าย มากกว่า.

พระเยซู ไม่เคย ซ่อน ที่ ราคา ของ การเป็นศิษย์. เดอะ เรียก ถึง ติดตาม เขา รวม ถึง ความเต็มใจ ถึง สูญเสีย อะไร ไม่สามารถ เป็น เก็บไว้ ใน คำสั่ง ถึง ได้รับ อะไร ไม่สามารถ เป็น สูญหาย.

ซื่อสัตย์ การเชื่อฟัง การทดสอบ อะไร เรา อย่างแท้จริง ค่า:

- ชื่อเสียง หรือ ความชอบธรรม
- ปลอบโยน หรือ การโทร
- การยอมรับ หรือ ความจงรักภักดี

เมื่อไร การเชื่อฟัง กลายเป็น ราคาแพง มัน เปิดเผย WHO เรา ให้บริการ.

กระจกเงา ช่วงเวลา (ส่วนตัว (การไตร่ตรอง)

สะท้อน สุจริต:

- ที่ไหน มี การเชื่อฟัง เรียบร้อยแล้ว ค่าใช้จ่าย คุณ บางสิ่งบางอย่าง?
- อะไร การสูญเสีย เป็น คุณมากที่สุด เกรงกลัว ของ ถ้าคุณ ติดตาม พระเจ้า เต็มที่เลยเหรอ?
- มี คุณ เคย หลีกเลี่ยง การเชื่อฟัง ถึง ปกป้อง ปลอบโยน หรือ ชื่อเสียง?

อนุญาต เหล่านี้ คำถาม พื้นผิว ความจริง ปราศจาก กลัว.

การกระทำ สำหรับ การเชื่อฟัง

วันนี้, รับทราบ ที่ ค่าใช้จ่าย—แต่ เลือก การเชื่อฟัง ถึงอย่างไร.

- แยกแยะ หนึ่ง พื้นที่ ที่ไหน การเชื่อฟัง รู้สึก ราคาแพง
- ชื่อ ที่ กลัว ที่แนบมา ถึง มัน
- ยอมแพ้ ที่ กลัว ถึง พระเจ้า โดยเจตนา

ความซื่อสัตย์ เติบโต เมื่อไร การเชื่อฟัง เป็น เลือก ถึงอย่างไรก็ตาม ค่าใช้จ่าย.

กลุ่ม การอภิปราย คำถาม

1. ทำไม ทำ เรา คาดหวัง การเชื่อฟัง ถึง เป็น สะดวก?
2. ยังไง ทำ กลัว ของ การสูญเสีย รูปร่าง ของเรา การตัดสินใจ?
3. อะไร ช่วย ผู้เชื่อ อดทน ที่ ค่าใช้จ่าย ของ ความซื่อสัตย์?

การอธิษฐาน

พ่อ, ฉัน สารภาพ ที่ ฉัน บางครั้ง กลัว ที่ ค่าใช้จ่าย ของ การเชื่อฟัง

โปรดเสริมกำลังความตั้งใจของข้าพเจ้าให้ติดตามพระองค์โดยไม่หวั่นเกรงต่อสิ่งใด โปรด

ช่วยเหลือข้าพเจ้าด้วย ฉัน ค่า ความซื่อสัตย์ ข้างบน ปลอบโยน.

ฉัน เลือก ความจงรักภักดี ถึง คุณ ข้างบน ทั้งหมด อื่นๆ.

อาเมน.

พยากรณ์ คำประกาศ

ฉัน เลือก การเชื่อฟัง เกิน ปลอบโยน.

เดอะ ค่าใช้จ่าย ของ ความซื่อสัตย์ จะ ไม่ ยับยั้ง ฉัน พระเจ้า

เป็น ของฉัน รางวัล, ไม่ การอนุมัติ จาก คนอื่นๆ

ฉันติดตามพระคริสต์อย่างเต็มที่

ความมุ่งมั่น ถึง การเชื่อฟัง

วันนี้, ฉัน ให้สัญญา ถึง ซื่อสัตย์ การเชื่อฟัง

ฉันจะไม่ถอยแม้ว่าการเชื่อฟังจะต้องแลกมาด้วยราคาที่สูง ก็ตาม เลือก ที่

ข้าม เกิน ประนีประนอม.

มอง ข้างหน้า ถึง วัน สิบหก

เช่น ออกัสติน อดทน ที่ ค่าใช้จ่าย ของ การเชื่อฟัง พระเจ้า แข็งแกร่งขึ้น เขา กับบางสิ่ง จำเป็น:

ความเพียรพยายาม

พรุ่งนี้ เรา จะ สำรวจ:

ยังไง ความซื่อสัตย์ เป็น ยั่งยืน เมื่อไร การเชื่อฟัง กลายเป็น เอ ยาว ถนน.

วัน สิบหก

เดอะ เกรซ ถึง อดทนต่อไป

KEY จุดสนใจ พระคัมภีร์

"อนุญาต เรา วิ่ง กับ ความอดทน ที่ แข่ง ที่ เป็น ชุด ก่อน เรา."

— ชาวฮีบรู 12:1

"เขา WHO ยั่งยืน ถึง ที่ จบ จะ เป็น รอดแล้ว"

— แมทธิว 24:13

"และ อนุญาต เรา ไม่ เติบโต เหนื่อย ในขณะที่ ทำ ดี, สำหรับ ใน เนื่องจาก ฤดูกาล เรา จะเก็บเกี่ยว ถ้า เรา ทำ ไม่ สูญเสีย หัวใจ."

— ชาวกาลาเทีย 6:9

"เป็น ซื่อสัตย์ จนกระทั่ง ความตาย, และ ฉัน จะ ให้ คุณ ที่ มงกุฎ ของ ชีวิต."

— วิวรณ์ 2:10

ออกัสติน อาศัยอยู่ ช่วงเวลา

ออกัสตินแล้ว การเชื่อฟังไม่ได้ง่ายขึ้นเมื่อเวลา ผ่านไป **ของ ฮิปโป มัน ยาว ขึ้น**

เดอะ แต่แรก ความเข้มข้น ของ ยอมแพ้ ให้ ทาง ถึง รายวัน ความซื่อสัตย์ ที่นั่น ไม่มีจุดเปลี่ยนที่น่าตื่นเต้น มีเพียงความสม่ำเสมอ การสอน การดูแล การแก้ไข การอธิษฐาน การอดทน

ออกัสติน เรียนรู้ ที่ การเปลี่ยนแปลง เป็น ไม่ ยั่งยืน โดย ความหลงใหล ตามลำพัง. มันคือ ยั่งยืน โดย **เปิดใช้งานพระคุณ ความเพียร** พยายาม

ที่นั่น คือ วัน ของ ความเหนื่อยล้า วัน เมื่อไร ฝ่ายค้าน รู้สึก หนัก. วัน เมื่อมีความคืบหน้า ดูเหมือนว่า ช้า. ยัง ออกัสติน ยังคงอยู่—ไม่ใช่ เพราะ เขา เคยเป็น แข็งแกร่ง, แต่ เพราะพระเจ้าทรงซื่อสัตย์

ชีวิต บทเรียน

ความเพียรพยายาม เป็น พระคุณ แสดงออก เกิน เวลา.

ผู้เชื่อหลายคนเริ่มต้นได้ดี แต่เริ่มรู้สึกเหนื่อยหน่ายเมื่อการเชื่อฟังกลายเป็น เรื่องซ้ำซากจำเจ และมองไม่เห็น พระคัมภีร์ เตือน เรา ที่ ความอดทน เป็น ไม่ เป็นทางเลือก—ไม่ใช่ ทางเลือก จำเป็น.

พระเจ้า ทำ ไม่ ถาม เรา ถึง เป็น น่าทึ่งมาก

เขาขอให้เราซื่อสัตย์

ความเพียรพยายาม เป็น ไม่ ดื้อดึง ความพยายาม; มัน เป็น ต่อเนื่อง การพึ่งพา บน ความสง่างามเมื่อพละกำลังอ่อนล้า

กระจกเงา ช่วงเวลา (ส่วนตัว (การไตร่ตรอง)

สะท้อน สุจริต:

- ที่ไหน มี คุณ เติบโต เหนื่อย ใน การเชื่อฟัง?
- อะไร ความซื่อสัตย์ รู้สึก ไม่ทันสังเกต หรือ ไม่ได้รับค่าตอบแทน?
- มี คุณ ผิดพลาด ความช้า สำหรับ ความล้มเหลว?

อนุญาต พระเจ้า ปรับกรอบใหม่ ของคุณ ทัศนคติ.

การกระทำ สำหรับ การเชื่อฟัง

วันนี้, ยืนยันอีกครั้ง ถึง **สม่ำเสมอ** ความ **ซื่อสัตย์**

- แยกแยะ หนึ่ง พื้นที่ ที่ไหน คุณ มี รู้สึก เหนื่อย หรือ ท้อใจ
- นำมา มัน ก่อน พระเจ้า สุจริต
- เลือก ถึง ดำเนินต่อไป—โดยไม่มี ซึ่งรอคอย สำหรับ ต่ออายุแล้ว อารมณ์

ความอดทน บ่อยครั้ง นำหน้า การต่ออายุ

กลุ่ม การอภิปราย คำถาม

1. ทำไม เป็น ความเพียรพยายาม ยากขึ้น กว่า เริ่มต้น ดี?
2. ยังไง ทำ ความอดทน รูปร่าง จิตวิญญาณ วุฒิภาวะ?
3. อะไร การปฏิบัติ ช่วย ผู้เชื่อ ยังคง ซื่อสัตย์ เกิน เวลา?

การอธิษฐาน

พ่อ, ฉัน สารภาพ ที่ ฉัน บางครั้ง เติบโต เหนื่อย ใน ทำ ดี. เสริมสร้าง ฉัน กับ ของคุณ พระคุณ ถึง อดทน.

สอน ฉัน ถึง เชื่อมั่น ที่ กระบวนการ คุณ เป็น การทำงาน ใน ของฉัน ชีวิต.

ฉัน เลือก ความซื่อสัตย์ เกิน ความรู้สึก. สาธุ.

พยากรณ์ คำประกาศ

ฉัน วิ่ง ของฉัน แข่ง กับ

ความอดทนของพระเจ้า พระคุณ รักษาไว้

ฉัน รายวัน.

ฉัน ทำ ไม่ เติบโต เหนื่อย หรือ สูญเสีย หัวใจ.

ฉัน เสร็จ อะไร พระเจ้า มี ได้รับความไว้วางใจ ถึง ฉัน.

ความมุ่งมั่น ถึง การเชื่อฟัง

วันนี้, ฉัน ให้สัญญา ถึง ความเพียรพยายาม

ฉัน จะ ยังคง ซื่อสัตย์ สม่ำเสมอ เมื่อไร ความคืบหน้า รู้สึก ช้า. ฉัน เชื่อมั่น

พระเจ้า จังหวะเวลา และ ของเขา งาน ใน ฉัน.

มอง ข้างหน้า ถึง วัน สิบเจ็ด

เช่น ความเพียรพยายาม ลึกซึ้งยิ่งขึ้น ออกัสติน เรียนรู้ อื่น จำเป็น ความจริง:

ความซื่อสัตย์ ทำ ไม่ กำจัด จิตวิญญาณ ฝ่ายค้าน.

พรุ่งนี้ เรา จะ สำรวจ:

ยังไง ถึง ยืน บริษัท เมื่อไร ความต้านทาน ทวีความรุนแรงขึ้น

วัน สิบเจ็ด ยืน บริษัท ภายใต้ ความดัน

KEY จุดสนใจ พระคัมภีร์

"เป็น มีสติสัมปชัญญะครบถ้วน เป็น ระมัดระวัง; เพราะ ของคุณ ศัตรู ที่ ปีศาจ การเดิน เหมือนสิงโตคำราม"

— 1 เปโตร 5:8

"มี เสร็จแล้ว ทั้งหมด, ถึง ยืน."

— เอเฟซัส 6:13

"ใน ที่ โลก คุณ จะ มี ความทุกข์ยาก; แต่ เป็น ของ ดี เชียร์, ฉัน ได้พิชิตโลกแล้ว"

— จอห์น 16:33

"ต้านทาน ที่ ปีศาจ และ เขา จะ หนี จาก คุณ."

— เจมส์ 4:7

ออกัสติน อาศัยอยู่ ช่วงเวลา

ในขณะที่ **ออกัสตินแห่งฮิปโป** ยังคงยืนหยัดในความซื่อสัตย์ การต่อต้านไม่ได้จางหายไป แต่ **เปลี่ยนรูปแบบ** ไป

ที่นั่น คือ ภายนอก แรงกดดัน: คำวิจารณ์ ความเข้าใจผิด ความต้านทาน เพื่อ ความจริง

มีแรงกดดันภายในหลายอย่าง ได้แก่ ความเหนื่อยล้า ความท้อแท้ และความอยากที่จะผ่อนปรนการตัดสินลงโทษ

ออกัสตินเรียนรู้ว่า การต่อต้านทางจิตวิญญาณมักจะทวีความรุนแรงขึ้นในที่ที่มีการเชื่อฟังอย่างสม่ำเสมอ ความซื่อสัตย์ไม่ได้ก่อให้เกิดเสียงปรบมือจากความมืด แต่กลับก่อให้เกิดการต่อต้าน

แต่กระนั้น ออกัสตินไม่ได้ตีความแรงกดดันว่าเป็นความล้มเหลว

เขาเห็นว่ามันเป็นการยืนยันความล้ม เหลวต่างหาก

ชีวิต บทเรียน

ความดัน ทำ ไม่ หมายถึง คุณ เป็น ปิด คอร์ส.

บ่อยครั้ง, มัน วิธี คุณ เป็น อย่างแน่นอน ที่ไหน คุณ ควร เป็น.

พระคัมภีร์ สอน ที่ จิตวิญญาณ ความต้านทาน เป็น ส่วนหนึ่ง ของ ที่ คริสเตียน การเดินทาง ศัตรู ทำ ไม่ คัดค้าน อะไร โพสท่า เลขที่ ภัยคุกคาม. ยืน บริษัท เป็น ไม่ เกี่ยวกับการก้าวหน้า อย่างดุดัน—มัน เป็น เกี่ยวกับ **ปฏิเสธ ถึง** การ **ถอยหนี**

ชัยชนะไม่ได้หมายถึงการก้าวไปข้างหน้าเสมอ ไป บางครั้ง

มัน เป็น อย่างง่าย **ที่เหลืออยู่ ซื่อสัตย์**

กระจกเงา ช่วงเวลา (ส่วนตัว (การไตร่ตรอง)

สะท้อน สุจริต:

- ที่ไหน มี คุณ รู้สึก ความดัน เพราะ ของ การเชื่อฟัง?
- อุปสรรคใดที่ดึงดูดใจคุณมากที่สุด—ให้คุณยอมแพ้ ยอมประนีประนอม หรือ พัฒนาตนเองเหนื่อยไหม?
- มี คุณ ผิดพลาด ฝ่ายค้าน สำหรับ พระเจ้า ไม่เห็นชอบ?

อนุญาต พระเจ้า ปรับกรอบใหม่ ที่ การต่อสู้.

การกระทำ สำหรับ การเชื่อฟัง

วันนี้, ฝึกฝน **โดยเจตนา** ความ **แน่นหนา**

- แยกแยะ หนึ่ง พื้นที่ ที่ไหน ความดัน มี ถูกล่อลวง คุณ เพื่อ ถอย
- ยืนยันอีกครั้ง ของคุณ การเชื่อฟัง ก่อน พระเจ้า
- ประกาศ ออกเสียง:

  "ฉัน จะ ยืน."

ยืน เป็น หนึ่ง กระทำ ของ ศรัทธา.

กลุ่ม การอภิปราย คำถาม

1. ทำไม ทำ ความซื่อสัตย์ บ่อยครั้ง ดึงดูด ความต้านทาน?
2. ยังไง สามารถ ผู้เชื่อ แยกแยะ ระหว่าง การแก้ไข และ ฝ่ายค้าน?
3. อะไร ช่วย คุณ ยังคง มั่นคง ภายใต้ จิตวิญญาณ ความดัน?

การอธิษฐาน

พ่อ, เสริมสร้าง ฉัน ถึง ยืน บริษัท.

ขอให้ข้าพเจ้ามีวิจารณญาณที่จะสามารถแยกแยะการต่อต้านได้โดยปราศจากความกลัว (ข้อความต้นฉบับไม่ชัดเจน) ฉัน กับ ความกล้าหาญ, ความอดทน และ เชื่อมั่น ใน คุณ.

ข้าพเจ้าจะไม่ละทิ้งความเชื่อฟัง อาเมน

พยากรณ์ คำประกาศ

ฉัน ยืน บริษัท ด้วย ศรัทธา

ความกดดันจะไม่ทำให้ฉันละทิ้งความเชื่อฟัง พระเจ้าทรงสถิตอยู่

ความแข็งแกร่ง รักษาไว้ ฉัน ภายใต้ การต่อต้าน

ฉันยังคงซื่อสัตย์ในทุกฤดูกาล

ความมุ่งมั่น ถึง การเชื่อฟัง

วันนี้, ฉัน ให้สัญญา ถึง ยืน บริษัท.

ฉัน จะ ไม่ ประนีประนอม ภายใต้ ความดัน.

ฉัน เชื่อมั่น พระเจ้า ถึง รักษาไว้ ฉัน เช่น ฉัน จง ซื่อสัตย์ ต่อไป

มอง ข้างหน้า ถึง วัน สิบแปด

เช่น ออกัสติน ยืนอยู่ บริษัท, เขา ค้นพบ สิ่ง สำคัญอย่างหนึ่ง:

ความต้านทาน สามารถ ทำให้ลึกซึ้งยิ่งขึ้น ภูมิปัญญา ถ้า เรา ฟัง ดี.

พรุ่งนี้ เรา จะ สำรวจ:

ยังไง พระเจ้า ใช้ ขัดแย้ง และ ท้าทาย ถึง ลับคม การแยกแยะ.

วัน ปัญญา 18 ประการ ที่ก่อร่างสร้างตนจาก

ความขัดแย้ง

KEY จุดสนใจ พระคัมภีร์

"ถ้า ใดๆ ของ คุณ ขาดแคลน ภูมิปัญญา, อนุญาต เขา ถาม ของ พระเจ้า."

— เจมส์ 1:5

"เดอะ ภูมิปัญญา ที่ เป็น จาก ข้างบน เป็น อันดับแรก บริสุทธิ์, แล้ว สงบสุข อ่อนโยน, ยินดี ที่จะ ผลผลิต, เต็ม ของ ความเมตตา และ ดี ผลไม้"

— เจมส์ 3:17

"สำหรับ เหล็ก ลับคม เหล็ก, ดังนั้น เอ ผู้ชาย ลับคม ที่ ใบหน้า ของ ของเขา เพื่อน."

— สุภาษิต 27:17

"แม้ว่า เขา เคยเป็น เอ ลูกชาย ยัง เขา เรียนรู้ การเชื่อฟัง โดย ที่ สิ่งของ ที่ เขา ต้องทนทุกข์ทรมาน"

— ชาวฮีบรู 5:8

ออกัสติน อาศัยอยู่ ช่วงเวลา

ขัดแย้ง กลายเป็น หนึ่ง ของ พระเจ้า ที่สุด มีประสิทธิภาพ ครู ใน ที่ ชีวิต ของ **ออกัสติน ของ ฮิปโป**

ความขัดแย้งทดสอบความอดทนของเขา

การต่อต้านช่วยขัดเกลาความคิดของเขา

คำวิจารณ์เปิดเผยเจตนาที่แท้จริงของเขา

ออกัสตินเรียนรู้ว่าปัญญาไม่ได้เกิดขึ้นจากความสะดวกสบาย แต่เกิดขึ้นจาก **การมีส่วน** ร่วม ขัดแย้ง บังคับ เขา ถึง พิจารณา พระคัมภีร์ มากกว่า อย่างลึกซึ้ง อธิษฐาน พูดตาม ตรง แล้ว และ ฟัง มากกว่า อย่างระมัดระวัง. มัน ถูกถอดออก ห่างออกไป ห่าม การตอบสนอง และแทนที่สิ่งเหล่านั้นด้วยวิจารณญาณ

เขา ค้นพบ ที่ ปฏิกิริยา อย่างรวดเร็ว บ่อยครั้ง อ่อนแอลง ความจริง, แต่

การตอบสนองอย่างชาญฉลาดจะยิ่งเสริมสร้างความแข็งแกร่งให้แก่สิ่งนั้น

ชีวิต บทเรียน

ภูมิปัญญา เติบโต ที่ไหน ความอ่อนน้อมถ่อมตน ฟัง.

ขัดแย้ง เปิดเผย อะไร ความรู้ ตามลำพัง ไม่ได้ มัน เปิดเผย ความภาคภูมิใจ, ช่วยให้เกิดความชัดเจนในความเชื่อ และบังคับให้ผู้เชื่อแยกแยะความแตกต่างระหว่างปฏิกิริยาและการตอบสนอง

พระเจ้า บ่อยครั้ง ใช้ ความเครียด ถึง:

- ลับคม การแยกแยะ
- ทำให้บริสุทธิ์ แรงจูงใจ
- เพิ่มพูน ความเข้าใจ

ภูมิปัญญา เป็น ไม่ ที่ การขาดหายไป ของ ความขัดแย้ง—มัน เป็น ที่ ความสามารถ ถึง ยังคง ซื่อสัตย์ อ่อนน้อม และชัดเจนในสิ่งนั้น

กระจกเงา ช่วงเวลา (ส่วนตัว (การไตร่ตรอง)

สะท้อน ด้วยความศรัทธา:

- โดยทั่วไปคุณตอบสนองต่อความขัดแย้งอย่างไร—แบบตั้งรับหรือแบบพิจารณาอย่างรอบคอบ?
- อะไร ล่าสุด ความเครียด อาจ พระเจ้า เป็น โดยใช้ ถึง ปรับปรุง ของคุณ ภูมิปัญญา?
- เป็น คุณ มากกว่า กระตือรือร้น ถึง เป็น ขวา หรือ ถึง เป็น ซื่อสัตย์?

อนุญาต ที่ วิญญาณ ค้นหา ของคุณ หัวใจ.

การกระทำ สำหรับ การเชื่อฟัง

วันนี้, เลือก เอ **ฉลาด การตอบสนอง** เกิน เอ เร็ว ปฏิกิริยา.

- แยกแยะ เอ ปัจจุบัน ขัดแย้ง หรือ ความไม่ลงรอย
- หยุดชั่วคราว ก่อน ตอบกลับ
- ถาม พระเจ้า สำหรับ ภูมิปัญญา ก่อน พูด หรือ การแสดง

ภูมิปัญญา บ่อยครั้ง เปิดเผย ตัวมันเอง ใน การยับยั้งชั่งใจ

กลุ่ม การอภิปราย คำถาม

1. ทำไม ทำ ขัดแย้ง เปิดเผย จิตวิญญาณ วุฒิภาวะ?
2. ยังไง สามารถ ความเครียด ทำให้ลึกซึ้งยิ่งขึ้น ภูมิปัญญา แทน ของ ความขมขื่น?
3. อะไร การปฏิบัติ ช่วย ผู้เชื่อ ตอบกลับ อย่างชาญฉลาด ภายใต้ ความดัน?

การอธิษฐาน

พ่อ, ฉัน ถาม คุณ สำหรับ ภูมิปัญญา.

สอน ฉัน ถึง ฟัง ก่อน การตอบสนอง

ใช้ความขัดแย้งเพื่อขัดเกลาจิตใจและทำให้ความเชื่อมั่นของฉันชัดเจนขึ้น ขอให้

ของคุณ ภูมิปัญญา แนะนำ ของฉัน คำ และ การกระทำ

อาเมน

พยากรณ์ คำประกาศ

ฉันได้รับปัญญาจากพระเจ้า

ความขัดแย้งช่วยให้ฉันมีวิจารณญาณที่เฉียบคมขึ้น

ฉัน ตอบกลับ กับ ความชัดเจน ความอ่อนน้อมถ่อมตน และ

พระคุณ ของพระเจ้า ภูมิปัญญา ปกครอง ของฉัน ชีวิต.

ความมุ่งมั่น ถึง การเชื่อฟัง

วันนี้ ข้าพเจ้าขอให้คำมั่นว่าจะตอบด้วย สติปัญญา จะ ไม่ อนุญาต

ขัดแย้ง ถึง แข็งตัว ของฉัน หัวใจ.

ฉัน เลือก การแยกแยะ เกิน ปฏิกิริยา.

มอง ข้างหน้า ถึง วัน สิบเก้า

เช่น ออกัสติน เติบโต ใน ภูมิปัญญา, พระเจ้า ได้รับความไว้วางใจ เขา กับ บางสิ่งบางอย่าง หนักกว่า:

เดอะ การดูแล ของ ดวงวิญญาณ

พรุ่งนี้ เรา จะ สำรวจ:

อะไร มัน วิธี ถึง พก ความรับผิดชอบ สำหรับ คนอื่น ก่อน พระเจ้า.

วัน สิบเก้า

แบกรับจิตวิญญาณ ไม่ใช่แค่ ความคิดเห็น

KEY จุดสนใจ พระคัมภีร์

"เชื่อฟัง เหล่านั้น WHO กฎ เกิน คุณ, และ เป็น ยอมจำนน สำหรับ พวกเขา ดู ออกไป สำหรับ ของคุณ วิญญาณ เช่น เหล่านั้น WHO ต้อง ให้ บัญชี."

— ชาวฮีบรู 13:17

“คนเลี้ยงแกะ” ที่ ฝูง ของ พระเจ้า ที่ เป็น ท่ามกลาง คุณ."

— 1 เปโตร 5:2

"หมี หนึ่ง ของคนอื่น ภาระต่างๆ และ ดังนั้น เติมเต็ม ที่ กฎ ของ พระคริสต์”

— ชาวกาลาเทีย 6:2

"WHO เป็น เพียงพอ สำหรับ สิ่ง เหล่านี้ เหรอ?”

— 2 ชาวโครินธ์ 2:16

ออกัสติน อาศัยอยู่ ช่วงเวลา

เมื่อ **ออกัสตินแห่งฮิปโป** เติบโตและมีปัญญามากขึ้น เขาก็เริ่มตระหนักถึงความจริงอันน่าเศร้ามากขึ้นเรื่อยๆ:

เขาไม่ได้จัดการแค่กับความคิดอีกต่อไปแล้ว เขากำลังจัดการกับ

ผู้ คน

ทั้งหมด คำ เขา สอน รูปทรง จิตสำนึก

ทุกการตัดสินใจส่งผลกระทบต่อชีวิต

ทั้งหมด การประนีประนอม—หรือ ความชัดเจน—มี ผลที่ตามมา เกิน ตัวเขาเอง

ออกัสตินเรียนรู้ว่า

การเป็นผู้นำทางจิตวิญญาณนั้นไม่ใช่เรื่องของการเอาชนะในการโต้แย้งหรือการปกป้องจุดยืน แต่เป็นการ**นำพาจิตวิญญาณไปอยู่ต่อหน้าพระเจ้า** การตระหนักรู้ในเรื่องนี้ ทำให้เขาอ่อนน้อมถ่อมตนอย่างมาก ภาระหน้าที่ที่หนักอึ้งไม่ได้ทำให้ความมั่นใจของเขาเพิ่มขึ้น แต่กลับทำให้เขาพึ่งพาพระเจ้ามากขึ้น

เขา เข้าใจแล้ว ที่ ความคิดเห็น สามารถ เป็น เป็นที่ถกเถียงกัน—แต่ วิญญาณ ต้อง เป็น

เลี้ยง แกะ

ชีวิต บทเรียน

พระเจ้า มอบหมาย ประชากร, ไม่ แพลตฟอร์ม

เป็นไปได้ที่จะมีความมุ่งมั่นในความจริงแต่กลับไม่ใส่ใจผู้อื่น พระคัมภีร์เตือนอย่างสม่ำเสมอว่าการเป็นผู้นำและอิทธิพลนั้นไม่ได้วัดจาก ความถูกต้องเพียงอย่างเดียว แต่จาก **ความเอาใจใส่** ด้วย

การแบกรับ วิญญาณ วิธี:

- การฟัง ก่อน พูด
- การให้บริการ ก่อนที่ จะยืนยัน
- การอธิษฐาน ก่อน การแสดง

อิทธิพล ปราศจาก รัก กลายเป็น การควบคุม

ความจริงที่ปราศจากการดูแลจะกลายเป็นภาระ

พระเจ้า การโทร ของเขา คนรับใช้ ถึง คนเลี้ยงแกะ หัวใจ ไม่ เพียงแค่ สถานะ การตัดสินลงโทษ

กระจกเงา ช่วงเวลา (ส่วนตัว (การไตร่ตรอง)

สะท้อน สุจริต:

- WHO มี พระเจ้า ได้รับความไว้วางใจ ถึง ของคุณ อิทธิพล?
- ทำ คุณ ดู ประชากร เช่น ความรับผิดชอบ หรือ มีการขัดจังหวะหรือไม่?
- เป็น ของคุณ คำ รูปทรง มากกว่า โดย การตัดสินลงโทษ หรือ โดย สนใจไหม?

อนุญาต เหล่านี้ คำถาม ค้นหา ของคุณ แรงจูงใจ

การกระทำ สำหรับ การเชื่อฟัง

วันนี้, ฝึกฝน **โดยเจตนา การเลี้ยง** แกะ

- แยกแยะ หนึ่ง บุคคล พระเจ้า มี สถานที่ ใน ของคุณ การดูแล หรือ มีอิทธิพล
- อธิษฐาน สำหรับ พวกเขา โดยเฉพาะ โดย ชื่อ
- เข้าถึง ออก กับ กำลังใจ, การฟัง, หรือ สนับสนุน

การแบกรับ วิญญาณ เริ่มต้น กับ ความสนใจ.

กลุ่ม การอภิปราย คำถาม

1. ทำไม เป็น มัน ง่ายขึ้น ถึง ปกป้อง ความคิดเห็น กว่า ถึง การดูแล สำหรับ ประชากร?
2. ยังไง ทำ จิตวิญญาณ ความรับผิดชอบ ทำให้ลึกซึ้งยิ่งขึ้น ความอ่อนน้อมถ่อมตน?

3. แนวทางปฏิบัติใดบ้างที่ช่วยให้ผู้นำยังคงเป็นผู้ดูแลเอาใจใส่มากกว่าเป็น ผู้ควบคุม?

การอธิษฐาน

พ่อเจ้าข้า โปรดเตือนข้าพเจ้าว่าผู้คนสำคัญกว่าการโต้เถียง

โปรดสอนข้าพเจ้าให้ดูแลเอาใจใส่ผู้อื่นด้วยความอ่อนน้อมถ่อมตน

อารักขา ฉัน จาก ความภาคภูมิใจ, ความโหดร้าย หรือ ความเฉยเมย

ขอทรงโปรดให้ข้าพเจ้าดูแลรักษาสิ่งที่พระองค์ทรงมอบหมายให้ข้าพเจ้าอย่างซื่อสัตย์ ด้วยเถิด

อาเมน

พยากรณ์ คำประกาศ

ฉันดูแลผู้คนด้วยความอ่อนน้อมถ่อมตนและความรัก

พระเจ้าทรงมอบจิตวิญญาณให้ฉันดูแล ไม่ใช่แค่ความ คิด

อิทธิพล สะท้อนให้เห็น ที่ หัวใจ ของ พระคริสต์

ฉัน คนเลี้ยงแกะ ด้วยความภักดี อะไร พระเจ้า มี สถานที่ ใน ของฉัน ความเอาใจใส่

ความมุ่งมั่น ถึง การเชื่อฟัง

วันนี้ ฉันขอให้คำมั่นสัญญาว่าจะดูแลผู้คน ไม่ใช่แค่ปกป้องจุดยืนของตนเอง ฉัน จะ คนเลี้ยงแกะ กับ ความอดทน, การอธิษฐาน และ รัก.

ฉัน เลือก ความรับผิดชอบ เกินกว่า การยอมรับ

มอง ข้างหน้า ถึง วัน ยี่สิบ

เช่น ออกัสติน ดำเนินการ ที่ น้ำหนัก ของ วิญญาณ เขา เรียนรู้ อื่น วิกฤต บทเรียน:

ความเป็นผู้นำ กำหนดให้มี ลึก ความอ่อนน้อมถ่อมตน ถึง ยังคง สุขภาพดี.

พรุ่งนี้ เรา จะ สำรวจ:

ยังไง พระเจ้า เก็บรักษาไว้ ที่ หัวใจ ของ เอ คนรับใช้ ภายใต้ ความรับผิดชอบ.

วัน ยี่สิบ

ความอ่อนน้อมถ่อมตนที่หล่อเลี้ยง ความเป็นผู้นำ

KEY จุดสนใจ พระคัมภีร์

"พระเจ้า ต้านทาน ที่ ภูมิใจ, แต่ ให้ พระคุณ ถึง ที่ ถ่อมตน."

— เจมส์ 4:6

“ใครก็ตาม” ความปรารถนา ถึง กลายเป็น ยอดเยี่ยม ท่ามกลาง คุณ, อนุญาต เขา เป็น ของคุณ คนรับใช้”

— แมทธิว 20:26

"เขา ต้อง เพิ่มขึ้น, แต่ ฉัน ต้อง ลด."

— จอห์น 3:30

"อะไร ทำ คุณ มี ที่ คุณ ทำ ไม่ รับ?"

— 1 ชาวโครินธ์ 4:7

ออกัสติน อาศัยอยู่ ช่วงเวลา

มาถึงช่วงชีวิตนี้ **ออกัสตินแห่งฮิปโป** ทรงมีอิทธิพลอย่างมาก ทั้งในด้านจิตวิญญาณ สติปัญญา และการดูแลศาสนิกชน

ผู้คนให้ความเคารพเขา โบสถ์ต่างพึ่งพาเขา

การถกเถียงต่างมองหาความกระจ่างจากเขา

และ ออกัสติน รู้ บางสิ่งบางอย่าง อันตราย เคยเป็น เป็นไปได้.

ภาวะผู้นำสามารถค่อยๆ โน้มน้าวให้คนเชื่อว่าตนเองมีความสำคัญ ผลลัพธ์ขึ้นอยู่กับตนเอง และอิทธิพลเป็นของตนเอง ออกัสตินต่อต้าน สิ่งนี้ อย่างเงียบๆ แต่ โดยเจตนา เขา เตือน ตัวเขาเอง—บ่อยครั้ง—ที่ เขา เคยเป็น ไม่ใช่ แหล่งที่มา ของ ความจริง, แต่ เอ **คนรับใช้ ของ มัน** .

ความอ่อนน้อมถ่อมตน เคยเป็น ไม่ ไม่จำเป็น

สำหรับ เขา. มันคือการเอาชีวิตรอด.

ชีวิต บทเรียน

การโทร ปราศจาก ความอ่อนน้อมถ่อมตน ในท้ายที่สุด พังทลาย

ความเป็นผู้นำไม่ได้ยั่งยืนด้วยความสามารถเพียงอย่างเดียว แต่ด้วย การพึ่งพาพระเจ้าอย่างต่อเนื่อง พระคัมภีร์กล่าวไว้อย่างชัดเจนว่า พระคุณจะหลั่งไหลไปที่ใดมีความถ่อมตน แต่หากปราศจากความถ่อมตน ที่นั่นก็จะมีแต่ ความดื้อรั้น มา ที่ไหน ความภาคภูมิใจ นำไป ราก.

ความอ่อนน้อมถ่อมตน เก็บ ความเป็นผู้นำ:

- ทีชเอเบิล
- รับผิดชอบ
- ขึ้นอยู่กับ
- ปลอดภัย

เมื่อไร ความอ่อนน้อมถ่อมตน สึกกร่อน สม่ำเสมอ ดี ความเป็นผู้นำ กลายเป็น อันตราย.

กระจกเงา ช่วงเวลา (ส่วนตัว (การไตร่ตรอง)

สะท้อน อย่างระมัดระวัง:

- ที่ไหน มี พระเจ้า ได้รับความไว้วางใจ คุณ กับ ความรับผิดชอบ หรือ อิทธิพล?
- ยังไง ทำ คุณ อารักขา ของคุณ หัวใจ ขัดต่อ ความภาคภูมิใจ?
- ทำ คุณ นิ่ง จำได้ ทุกอย่าง คุณ มี เช่น ได้รับ, ไม่ ได้รับ?

อนุญาต พระเจ้า พิจารณา ไม่ แค่ ของคุณ การกระทำ แต่ ของคุณ ท่าทาง

การกระทำ สำหรับ การเชื่อฟัง

วันนี้, ฝึกฝน **โดยเจตนา ความอ่อนน้อมถ่อม** ตน

- รับทราบ หนึ่ง พื้นที่ ที่ไหน คุณ รู้สึก มั่นใจ หรือ ที่จัดตั้งขึ้น
- ขอบคุณ พระเจ้า อย่างชัดเจน สำหรับ มัน
- เชิญ ของเขา ต่อเนื่อง คำแนะนำ และ การแก้ไข

ความอ่อนน้อมถ่อมตน เติบโต ที่ไหน ความกตัญญู ชีวิต.

กลุ่ม การอภิปราย คำถาม

1. ทำไม เป็น ความภาคภูมิใจ บ่อยครั้ง ละเอียดอ่อน ใน ความเป็นผู้นำ?
2. ยังไง ทำ ความอ่อนน้อมถ่อมตน ปกป้อง ระยะยาว ความอุดมสมบูรณ์?
3. อะไร การปฏิบัติ ช่วย ผู้นำ ยังคง ขึ้นอยู่กับ บน พระเจ้า?

การอธิษฐาน

พ่อ, ฉัน รับทราบ ที่ ทุกอย่าง ฉัน มี มา จาก คุณ. ยาม ของฉัน หัวใจ จาก ความภาคภูมิใจ และ การพึ่งพาตนเอง

ขอทรงสอนข้าพเจ้าให้เป็นผู้นำ รับใช้

และเชื่อฟังด้วยความอ่อนน้อมถ่อมตน

ขอให้พระคุณของพระเจ้าสถิตอยู่กับชีวิตของข้าพเจ้าตลอดไป

อาเมน

พยากรณ์ คำประกาศ

ฉัน เดิน ใน ความอ่อนน้อมถ่อมตน ก่อน พระเจ้า.

พระคุณทรงค้ำจุนการเรียกและอิทธิพลของฉัน ฉันรับใช้

ไม่ได้ยกย่องตนเอง

พระเจ้า ตามลำพัง ได้รับ ที่ ความรุ่งโรจน์

ความมุ่งมั่น ถึง การเชื่อฟัง

วันนี้

ข้าพเจ้าขอให้คำมั่นสัญญาว่าจะมีความอ่อนน้อมถ่อมตนในทุกความรับผิดชอบที่พระเจ้าทรงมอบให้

ข้าพเจ้า จะยังคงเปิดรับการเรียนรู้ มีความกตัญญู และพึ่งพาพระองค์เสมอ

ฉัน เลือก พระคุณ เกิน การพึ่งพา ตนเอง

มอง ข้างหน้า ถึง วัน ยี่สิบ เอ็ด

เรา ตอนนี้ เข้า ที่ **ที่สอง ครึ่ง** ของ ที่ การเดินทาง.

เช่น ออกัสติน ต่อเนื่อง ด้วยความซื่อสัตย์ พระเจ้า เริ่มต้น ถึง รูปร่าง สิ่งที่ คงอยู่ตลอดไป: **มรดก.**

พรุ่งนี้ เรา จะ สำรวจ:

อะไร ใจดี ของ ชีวิต ออกจาก ผลไม้ เกิน เอ ตลอดชีวิต

วัน ยี่สิบ เอ็ด

การดำรงชีวิต สำหรับ อะไร ชีวิตนอกโลก คุณ

KEY จุดสนใจ พระคัมภีร์

"คนอื่น มี ลำบาก, และ คุณ มี เข้า เข้าไปข้างใน ของพวกเขา แรงงาน"

— จอห์น 4:38

"คนชอบธรรมดำเนินชีวิตด้วยความซื่อสัตย์สุจริต ลูกหลานของเขาจะได้รับพรตามไปด้วย "

— สุภาษิต 20:7

"อะไร คุณ มี ได้ยิน จาก ฉัน... ให้สัญญา เหล่านี้ ถึง ซื่อสัตย์ ผู้ชาย WHO จะ สามารถ สอนผู้อื่นได้ด้วย"

— 2 ทิโมธี 2:2

"ดังนั้น สอน เรา ถึง ตัวเลข ของเรา วัน ที่ เรา อาจ ได้รับ เอ หัวใจ ของ ภูมิปัญญา."

— บทเพลงสดุดี 90:12

ออกัสติน อาศัยอยู่ ช่วงเวลา

เช่น ที่ ปี ผ่านแล้ว **ออกัสติน ของ ฮิปโป** กลายเป็น เพิ่มมากขึ้นเรื่อยๆ รับรู้ ของ เขา ชีวิต เคยเป็น เลขที่ นานกว่า วัด โดย กิจกรรม, แต่ โดย **มรดก**

เขา เคยเป็น เลขที่ นานกว่า ถามว่า *อะไร เช้า ฉัน ประสบความสำเร็จ?*

เขาเป็น ถามว่า *อะไร จะ ยังคงอยู่หรือไม่?*

ออกัสติน เขียน, สอน, แก้ไขแล้ว และ เลี้ยงแกะ—แต่ กับ เอ ความตระหนัก ที่เพิ่มขึ้น ที่ เขา เคยเป็น อาคาร สำหรับ รุ่นต่อรุ่น เขา จะ ไม่เคย พบปะ. ของเขา คำพูด คือ รูปทรง กับ ความเอาใจใส่ ของเขา การสอน เคยเป็น ได้รับความไว้วางใจ ถึง คนอื่น. ของเขา ความซื่อสัตย์คือ เลขที่ นานกว่า ด่วน—มัน เคยเป็น โดย **เจตนา**

เขา เข้าใจแล้ว ที่ พระเจ้า มาตรการ มรดก ไม่ โดย การมองเห็น แต่ โดย **การแพร่เชื้อ .**

ชีวิต บทเรียน

มรดก เป็น ก่อตั้ง โดย ความซื่อสัตย์ ไม่ ชื่อเสียง.

อาณาจักรของพระเจ้าก้าวหน้าไปได้ด้วยความต่อเนื่อง

สิ่งที่เรามอบให้แก่ผู้อื่นจะกลายเป็นเครื่องมือที่พระเจ้าทรงใช้ในการดำเนินงานของพระองค์ต่อไปแม้หลังจากที่เรา เสียชีวิตไปแล้ว

การดำรงชีวิต สำหรับ อะไร มีอายุยืนยาวกว่า คุณ วิธี:

- การลงทุน ใน ประชากร มากกว่า กว่า โครงการ
- การจัดลำดับความสำคัญ การก่อตัว เกิน การยอมรับ
- การเลือก ความซื่อสัตย์ เกิน ความทันทีทันใด

มรดก เป็น ไม่ อะไร ประชากร จดจำ เกี่ยวกับ พวกเรา—มัน เป็น อะไร พระเจ้า ยังคงดำเนินต่อไป ทำ ผ่าน อะไร เรา มี ด้วยความภักดี ที่ให้ไว้.

กระจกเงา ช่วงเวลา (ส่วนตัว (การไตร่ตรอง)

สะท้อน ด้วยความศรัทธา:

- อะไร เป็น คุณ อาคาร ที่ จะ ยังคง หลังจาก คุณ?
- WHO เป็น คุณ โดยเจตนา การลงทุน ใน?
- เป็น ของคุณ รายวัน ตัวเลือก รูปทรง โดย นิรันดร์ หรือ ความเร่งด่วน?

อนุญาต พระเจ้า ปรับเทียบใหม่ ของคุณ วิสัยทัศน์.

การกระทำ สำหรับ การเชื่อฟัง

วันนี้, เอา หนึ่ง **มุ่งเน้นมรดก การกระทำ** .

- แยกแยะ หนึ่ง บุคคล ถึง โดยเจตนา ลงทุน ใน
- ให้กำลังใจ, สอน, หรือ อธิษฐาน กับ พวกเขา
- ให้สัญญา ถึง ระยะยาว ความซื่อสัตย์ ค่อนข้าง กว่า ระยะสั้น ผลกระทบ

มรดก เติบโต ช้าแต่ ค่อยเป็นค่อยไป

กลุ่ม การอภิปราย คำถาม

1. ยังไง ทำ พระคัมภีร์ กำหนด มรดก แตกต่างกัน จาก วัฒนธรรม?
2. ทำไม เป็น การลงทุน ใน ประชากร บ่อยครั้ง ช้าลง กว่า อาคาร แพลตฟอร์ม?

3. อะไร ช่วย ผู้เชื่อ อยู่ มุ่งเน้น บน ระยะยาว ผลไม้?

การอธิษฐาน

พ่อ, สอน ฉัน ถึง สด กับ นิรันดร์ ใน ดู.

จัดลำดับความสำคัญของฉันให้สอดคล้องกับสิ่งที่ยั่งยืนอย่างแท้จริง ช่วยด้วย ฉัน ลงทุน ด้วยความภักดี ใน ประชากร และ สัจธรรม

ขอให้ชีวิตของฉันเกิดผลดีไปไกลเกินกว่าช่วงชีวิตของฉัน

อาเมน

พยากรณ์ คำประกาศ

ฉัน สด สำหรับ อะไร มีอายุยืนกว่า ฉัน

ชีวิตของฉันเกิดผลอันยั่งยืนในอาณาจักรของพระเจ้า ฉัน ลงทุน ใน ประชากร, ไม่ แค่ ผลลัพธ์

พระเจ้า คุณ อะไร ฉัน ด้วยความภักดี สจ๊วต.

ความมุ่งมั่น ถึง การเชื่อฟัง

วันนี้ ฉันขอให้คำมั่นสัญญาว่าจะใช้ชีวิตด้วยมุมมองที่ยั่งยืน

ฉันจะลงทุนในสิ่งที่คงอยู่ตลอดไป

ฉัน เลือก มรดก เกิน ความฉับพลัน

มอง ข้างหน้า ถึง วัน ยี่สิบ สอง

เช่น มรดก นำไป รูปร่าง, เอ ใหม่ ความท้าทาย ปรากฏขึ้น:

ยังไง ทำ คุณ ยังคง ซื่อสัตย์ เมื่อไร คุณ จะ ไม่ ดู ที่ เต็ม เก็บเกี่ยว?

พรุ่งนี้ เรา จะ สำรวจ:

ความไว้วางใจ พระเจ้า กับ มองไม่เห็น ผลไม้.

วัน ยี่สิบ สอง

ซื่อสัตย์แม้ไม่ได้เห็น ผลผลิต

KEY จุดสนใจ พระคัมภีร์

"หนึ่ง แม่สุกร และ อื่น เก็บเกี่ยว"

— จอห์น 4:37

"และ มี เสร็จแล้ว ทั้งหมด... ถึง ยืน."

— เอเฟซัส 6:13

"เหล่านี้ ทั้งหมด เสียชีวิต ใน ศรัทธา, ไม่ มี ได้รับ ที่ คำสัญญา แต่ มี เห็นพวกเขาจากระยะไกล"

— ชาวฮีบรู 11:13

"ฉัน ปลูกแล้ว อพอลโลส รดน้ำแล้ว แต่ พระเจ้า ให้ ที่ เพิ่มขึ้น."

— 1 ชาวโครินธ์ 3:6

ออกัสติน อาศัยอยู่ ช่วงเวลา

เช่น **ออกัสติน ของ ฮิปโป** เข้า ที่ ภายหลัง ปี ของ ของเขา กระทรวง, เขา เริ่ม ตระหนักถึงความเป็นจริงที่น่าหดหู่มากขึ้นเรื่อยๆ:

มาก ของ อะไร พระเจ้า เคยเป็น ทำ ผ่าน เขา จะ **มีชีวิตอยู่รอด เขา** .

เขาทำงานอย่างซื่อสัตย์โดยไม่มั่นใจถึงผลลัพธ์ที่เห็นได้ชัด เขาแก้ไข ข้อผิดพลาดโดยรู้ว่าอาจต้องใช้เวลาหลายชั่วอายุคนกว่าจะแก้ไขความเสียหายได้

เขาถ่ายทอดความจริงด้วยความเชื่อมั่น พระเจ้า ถึง อนุรักษ์ มัน เกิน ของเขา เสียง.

ออกัสตินไม่ได้เรียกร้องที่จะเห็นผลลัพธ์ เขาวางใจในพระผู้แต่ง

ชีวิต บทเรียน

พระเจ้า ทำ ไม่ จำเป็นต้อง เรา ถึง เสร็จ ที่ งาน—เท่านั้น ถึง เป็น ซื่อสัตย์ ถึง ของเรา ส่วนหนึ่ง พระคัมภีร์สอนซ้ำแล้วซ้ำเล่าว่าอาณาจักรของพระเจ้าก้าวหน้าไปได้ด้วย การทำงาน ร่วมกัน ข้าม เวลา. บาง ปลูก. บาง น้ำ. คนอื่น เก็บเกี่ยว. แต่ พระเจ้า ตามลำพัง การควบคุม เพิ่มขึ้น.

ความซื่อสัตย์ เป็น การเชื่อฟัง **ปราศจาก** การ **รับประกัน**

เมื่อไร เรา ยืนกราน บน เห็น ผลลัพธ์, เรา อย่างแนบเนียน สถานที่ ตัวเราเอง ที่ ที่ ศูนย์ ของพระเจ้า งาน. เมื่อไร เรา เชื่อมั่น พระเจ้า กับ มองไม่เห็น ผลไม้, เรา ให้เกียรติ ของเขา อำนาจอธิปไตย

กระจกเงา ช่วงเวลา (ส่วนตัว (การไตร่ตรอง)

สะท้อน สุจริต:

- ที่ไหน มี คุณ เติบโต ท้อใจ เพราะ ผลลัพธ์ เป็น ล่าช้า?
- มี คุณ เท่ากัน ความอุดมสมบูรณ์ กับ การมองเห็น?
- เป็น คุณ เต็มใจ ถึง เชื่อฟัง สม่ำเสมอ ถ้า คุณ ไม่เคย ดู ผลลัพธ์ ล่ะ?

อนุญาต พระเจ้า จัดแนวใหม่ ของคุณ ความคาดหวัง

การกระทำ สำหรับ การเชื่อฟัง

วันนี้, ปล่อย ของคุณ ความต้องการ ถึง ดู ผลลัพธ์.

- แยกแยะ หนึ่ง พื้นที่ ที่ไหน คุณ รู้สึก มองไม่เห็น หรือ ยังไม่สำเร็จ
- พูด นี้ การอธิษฐาน ออกเสียง:
  "พระเจ้าข้า" ฉัน เชื่อมั่น คุณ กับ ที่ เก็บเกี่ยว."
- ดำเนินการต่อ ด้วยความภักดี ปราศจาก การปรับแต่ง การเชื่อฟัง ถึง ผลลัพธ์

เชื่อมั่น รักษาไว้ การเชื่อฟัง

กลุ่ม การอภิปราย คำถาม

1. ทำไม ทำ เรา การต่อสู้ ถึง เชื่อฟัง ปราศจาก เห็น ผลลัพธ์?
2. ยังไง ทำ ศรัทธา โตเต็มที่ เมื่อไร ผลลัพธ์ เป็น มองไม่เห็น?
3. อะไร ช่วย ผู้เชื่อ ยังคง ซื่อสัตย์ ข้าม ยาว ฤดูกาล?

การอธิษฐาน

พ่อ, สอน ฉัน ถึง เชื่อมั่น คุณ กับ ผลลัพธ์ ฉัน อาจ ไม่เคย ดูสิ ฟรี ฉัน จาก ที่ ความต้องการ สำหรับ การยอมรับ หรือ ทันที ผลไม้.

ขอทรงโปรดให้ข้าพเจ้าซื่อสัตย์ต่อภารกิจที่พระองค์ทรงมอบหมาย

ข้าพเจ้าไว้วางใจพระองค์ในการเก็บเกี่ยวผลผลิต

อาเมน

พยากรณ์ คำประกาศ

ฉันยังคงศรัทธาโดยไม่จำเป็นต้องเห็นผลลัพธ์

พระเจ้าจะทรงประทานความเจริญรุ่งเรืองในเวลาที่เหมาะสมของพร

ะองค์

การเชื่อฟังของฉันไม่สูญเปล่า ฉัน เชื่อมั่น

พระเจ้า กับ มองไม่เห็น ผลไม้.

ความมุ่งมั่น ถึง การเชื่อฟัง

วันนี้, ฉัน ให้สัญญา ถึง ซื่อสัตย์ การเชื่อฟัง ปราศจาก เงื่อนไข ฉัน จะ หว่าน, น้ำ,

และ เชื่อมั่น พระเจ้า กับ ที่ เก็บเกี่ยว.

ฉัน เลือก เชื่อมั่น เกิน ควบคุม.

มอง ข้างหน้า ถึง วัน ยี่สิบ สาม

เช่น ออกัสติน น่าเชื่อถือ พระเจ้า กับ มองไม่เห็น ผลไม้, เขา เรียนรู้ อื่น ความจริง:

ความซื่อสัตย์ ทำ ไม่ ลบ ความทุกข์ทรมาน—มัน การปรับกรอบใหม่ มัน.

พรุ่งนี้ เรา จะ สำรวจ:

ยังไง ความทุกข์ รูปทรง หวัง ค่อนข้าง กว่า ทำลาย มัน.

วัน ยี่สิบ สาม

ความทุกข์ ที่ เสริมสร้าง ความหวัง

KEY จุดสนใจ พระคัมภีร์

"เราชื่นชมยินดีในความทุกข์ยาก เพราะรู้ว่าความทุกข์ยากก่อให้เกิดความอดทน" และ ความเพียรพยายาม อักขระ; และ อักขระ, หวัง."

— ชาวโรมัน 5:3–4

"สำหรับ ของเรา แสงสว่าง ความทุกข์ยาก ที่ เป็น แต่ สำหรับ เอ ช่วงเวลา, เป็น การทำงาน สำหรับ เรา เอ มากกว่านั้น อีกมาก เกินกว่า และ นิรันดร์ น้ำหนัก ของ ความรุ่งโรจน์"

— 2 ชาวโครินธ์ 4:17

"แม้ว่า เขา ฆ่า ฉัน, ยัง จะ ฉัน เชื่อมั่น เขา."

— งาน 13:15

"ได้รับพร" เป็น ที่ ผู้ชาย WHO ยั่งยืน การล่อลวง; สำหรับ เมื่อไร เขา มี ได้รับอนุมัติแล้ว เขา จะ รับ ที่ มงกุฎ ของ ชีวิต."

— เจมส์ 1:12

ออกัสติน อาศัยอยู่ ช่วงเวลา

ตามที่ **ออกัสตินกล่าว ไว้ ของ เมื่อ ฮิปโป** เติบโตเป็นผู้ใหญ่มากขึ้น ความทุกข์ทรมานก็ยังไม่หายไปจากชีวิตของเขา

มัน เปลี่ยน ของมัน บทบาท.

ความเจ็บปวดไม่ได้ทำหน้าที่เป็นการลงโทษอีกต่อไป

ความยากลำบากไม่ได้หมายถึงความล้มเหลวอีกต่อไป

ล่าช้า เลขที่ นานกว่า โดยนัย การละทิ้ง

ออกัสติน เรียนรู้ ที่ ความทุกข์ สามารถ ทั้ง แข็งตัว ที่ หัวใจ หรือ **ความหวังที่ยึดเหนี่ยว** — ขึ้นอยู่กับว่าเราวางใจไว้ที่ใด เขาปล่อยให้ความเจ็บปวดนำพาเขา เข้าหาพระเจ้าแทนที่จะห่างไกลจากพระองค์ แทนที่จะเรียกร้องคำอธิบาย เขา เลือกที่จะยึดมั่นในพระลักษณะของพระเจ้า

หวัง เคยเป็น เลขที่ นานกว่า หลักฐานแวดล้อม

มัน กลายเป็น นิรันดร์

ชีวิต บทเรียน

ความทุกข์ กลั่นกรอง หวัง เมื่อไร เชื่อมั่น เป็น ราก ใน พระเจ้า.

พระคัมภีร์ ทำ ไม่ สัญญา เสรีภาพ จาก ความทุกข์. มัน คำสัญญา จุดมุ่งหมายที่อยู่ภายในนั้น ความหวังที่เกิดขึ้นจากความทุกข์นั้นแข็งแกร่งกว่าการมองโลกในแง่ดี เพราะมันยึดมั่นอยู่เหนือสถานการณ์ต่างๆ

ความทุกข์ เสริมสร้าง หวัง เมื่อไร:

- เรา เชื่อมั่น พระเจ้า อักขระ เกิน ของเรา ปลอบโยน
- เรา ตีความ ความเจ็บปวด ผ่าน นิรันดร์ ไม่ ความทันทีทันใด
- เรา อนุญาต ความอดทน ถึง รูปร่าง อักขระ

ความหวังที่ยังไม่ได้รับการพิสูจน์นั้นเปราะบาง ความหวัง

กลั่น โดย ความทุกข์ คงอยู่ต่อไป

กระจกเงา ช่วงเวลา (ส่วนตัว (การไตร่ตรอง)

สะท้อน ด้วยความศรัทธา:

- คุณคิดว่าความทุกข์ทรมานแบบใดบ้างที่ไม่ควรเกิดขึ้นใน เส้นทางแห่งศรัทธาของคุณ?
- ยังไง มี ความเจ็บปวด ถูกท้าทาย หรือ ปรับเปลี่ยนรูปร่าง ของคุณ หวัง?
- เป็น ของคุณ หวัง ราก ใน การบรรเทาทุกข์—หรือ ใน พระเจ้า?

อนุญาต พระเจ้า พบปะ คุณ สุจริต ที่นี่.

การกระทำ สำหรับ การเชื่อฟัง

วันนี้, ฝึกฝน **มุ่งเน้นความหวัง เชื่อมั่น** .

- แยกแยะ หนึ่ง พื้นที่ ของ ต่อเนื่อง ความยากลำบาก
- พูด นี้ ความจริง ออกเสียง:

  "พระเจ้า เป็น ซื่อสัตย์, สม่ำเสมอ ที่นี่."
- เลือก หนึ่ง กระทำ ของ การเชื่อฟัง หรือ ความกตัญญู ถึงอย่างไรก็ตาม ความเจ็บปวด

หวัง เติบโต เมื่อไร เชื่อมั่น เป็น ฝึกฝนมาแล้ว

กลุ่ม การอภิปราย คำถาม

1. ยังไง ทำ พระคัมภีร์ กำหนดนิยามใหม่ ความทุกข์?

2. ทำไม ทำ ความทุกข์ บ่อยครั้ง เปิดเผย ที่ไหน ของเรา หวัง อย่างแท้จริง พักผ่อน?
3. อะไร การปฏิบัติ ช่วย ผู้เชื่อ อดทน ความเจ็บปวด กับ หวัง?

การอธิษฐาน

พ่อ, ฉัน นำมา คุณ ของฉัน ความเจ็บปวด ปราศจาก แสร้งทำ มัน เป็น ง่ายๆ

จงยึดความหวังของข้าพเจ้าไว้ในความซื่อสัตย์ของพระองค์ ไม่ใช่ในสถานการณ์ของข้าพเจ้า

ใช้ ทั้งหมด การทดลอง ถึง รูปร่าง อักขระ และ ทำให้ลึกซึ้งยิ่งขึ้น เชื่อมั่น.

ฉัน เลือก หวัง ที่ ยั่งยืน. อาเมน.

พยากรณ์ คำประกาศ

ความหวังของฉันยึดมั่นในพระเจ้า

ความทุกข์ยากจะไม่ทำลายศรัทธาของฉัน

พระเจ้ากำลังสร้างความอดทนและคุณธรรมในตัวฉัน

ความหวังของฉันจะไม่ทำให้ผิดหวัง

ความมุ่งมั่น ถึง การเชื่อฟัง

วันนี้, ฉัน ให้สัญญา ถึง ความไว้วางใจ พระเจ้า ใน ความทุกข์ทรมาน

ฉัน จะ อนุญาต การทดลอง ถึง ทำให้ลึกซึ้งยิ่งขึ้น หวัง, ไม่ ลดลง มัน.

ฉัน เลือก นิรันดร์ ทัศนคติ เกิน การบรรเทาทุกข์ ชั่วคราว

มอง ข้างหน้า ถึง วัน ยี่สิบ สี่

เช่น หวัง ลึกซึ้งยิ่งขึ้น พระเจ้า เริ่มต้น ถึง เตรียมตัว ที่ หัวใจ สำหรับ บางสิ่งบางอย่าง ละเอียดอ่อน แต่ สำคัญมาก:

ให้เช่า ไป.

พรุ่งนี้ เรา จะ สำรวจ:

ยังไง ศรัทธา เรียนรู้ ถึง ปล่อย ควบคุม และ พักผ่อน เต็มที่ ใน พระเจ้า.

วัน ยี่สิบ สี่

เรียนรู้ที่จะปล่อยวางและไว้วางใจ พระเจ้าอย่างเต็มที่

KEY จุดสนใจ พระคัมภีร์

"จงวางใจในพระเจ้าด้วยสุดใจของท่าน และอย่าพึ่งพา ความเข้าใจของตนเอง"

— สุภาษิต 3:5–6

"เป็น นิ่ง, และ ทราบ ที่ ฉัน เช้า พระเจ้า."

— บทเพลงสดุดี 46:10

"การคัดเลือกนักแสดง" ทั้งหมด ของคุณ การดูแล เมื่อ เขา, สำหรับ เขา ความห่วงใย สำหรับ คุณ."

— 1 เปโตร 5:7

"เขา WHO มี เช้า ของเขา พักผ่อน มี ตัวเขาเอง อีกด้วย ยุติลงแล้ว จาก ของเขา ผลงาน"

— ชาวฮีบรู 4:10

ออกัสติน อาศัยอยู่ ช่วงเวลา

ใน ที่ ภายหลัง ฤดูกาล ของ ของเขา ชีวิต, **ออกัสติน ของ ฮิปโป** เรียนรู้ เอ บทเรียน การเชื่อฟังเพียงอย่างเดียวไม่สามารถสอนเขาได้

เขา เรียนรู้ ถึง **อนุญาต**

ไปเถอะ ไม่ใช่

เรื่องของศรัทธา

ไม่ ของ ความรับผิดชอบ

แต่เป็นความรับผิดชอบในการ

ควบคุม

ออกัสติน มี ค่าใช้จ่าย ปี กำลังคิด อย่างลึกซึ้ง การสอน อย่างชัดเจน การดูแลเอาใจใส่อย่างระมัดระวัง แต่แม้การรับใช้ที่ซื่อสัตย์ก็อาจแฝงไปด้วยความวิตกกังวลอย่างเงียบๆ ความรู้สึกว่า ผลลัพธ์ขึ้นอยู่กับความระมัดระวังของเรา เมื่อเวลาผ่านไป ออกัสตินตระหนักว่าความไว้วางใจ คือ ไม่ พิสูจน์แล้ว

โดย ความพยายาม, แต่ โดย พักผ่อน.

เขา เรียนรู้ ถึง สถานที่ ผลลัพธ์ ที่ไหน พวกเขา เป็นเจ้าของ: ใน พระเจ้า มือ

ชีวิต บทเรียน

เชื่อมั่น เป็น เปิดเผย ไม่ โดย กิจกรรม, แต่ โดยการ ยอมจำนน

ผู้เชื่อหลายคนเชื่อฟังพระเจ้า แต่ก็ยังแบกรับภาระของการควบคุมอยู่ เราวางแผน จัดการ และคาดการณ์—บ่อยครั้งด้วยความจริงใจ—แต่ก็ขาดการพักผ่อน พระคัมภีร์สอนว่า... ที่ จริง เชื่อมั่น การเผยแพร่ ที่ ความต้องการ ถึง ควบคุม ผลลัพธ์

ไม่ ได้หมายความว่าละทิ้งการเชื่อฟัง วิธี การปลดออก จาก **ความวิตกกังวล** .

ศรัทธา สุกงอม เมื่อไร เรา หยุด เอนตัว บน ความเข้าใจ และ เริ่ม พักผ่อน ในพระเจ้า ความเอาใจใส่

กระจกเงา ช่วงเวลา (ส่วนตัว (การไตร่ตรอง)

สะท้อน อย่างเงียบๆ:

- ที่ไหน เป็น คุณ นิ่ง การพยายาม ถึง ควบคุม ผลลัพธ์?
- อะไร ภาระ มี พระเจ้า ถาม คุณ ถึง ปล่อย?
- เป็น ของคุณ การเชื่อฟัง ขับเคลื่อน โดย เชื่อมั่น หรือ ความวิตกกังวล?

นั่ง กับ เหล่านี้ คำถาม สุจริต.

การกระทำ สำหรับ การเชื่อฟัง

วันนี้, ฝึกฝน **โดยเจตนา ปล่อย** .

- แยกแยะ หนึ่ง กังวล คุณ มี เป็น การแบกรับ
- พูด มัน ออกเสียงดัง ถึง พระเจ้า
- อย่างมีสติ ปล่อย ความรับผิดชอบ สำหรับ ที่ ผลลัพธ์

พูด ช้า:

"พระเจ้าข้า" ฉัน เชื่อมั่น คุณ กับ นี้."

กลุ่ม การอภิปราย คำถาม

1. ทำไม เป็น การปล่อย ไป บ่อยครั้ง ยากขึ้น กว่า การเอาไป การกระทำ?
2. ยังไง สามารถ ความรับผิดชอบ อย่างเงียบๆ เปลี่ยน เข้าไปข้างใน ความวิตกกังวล?
3. อะไร การปฏิบัติ ช่วย ผู้เชื่อ พักผ่อน ในขณะที่ ที่เหลืออยู่ ซื่อสัตย์?

การอธิษฐาน

พ่อ, ฉัน สารภาพ ที่ ฉัน บ่อยครั้ง พก อะไร คุณ ไม่เคย ถาม ฉัน ถึง จับไว้ สอน ฉัน ถึง เชื่อมั่น คุณ อย่างเต็มที่

ช่วย ฉัน ปล่อย ความวิตกกังวล และ พักผ่อน ใน ของคุณ ฉัน

ใส่ใจ สถานที่ ทั้งหมด ผลลัพธ์ ใน ของคุณ มือ

อาเมน

พยากรณ์ คำประกาศ

ฉัน เชื่อมั่น พระเจ้า กับ ทั้งหมด ผลลัพธ์

ฉัน ปล่อย ควบคุม และ พักผ่อน ใน ของเขา

ความห่วงใย พระเจ้าทรงซื่อสัตย์เกินกว่าที่ฉันจะทำได้

ฉัน สด จาก พักผ่อน, ไม่ ความวิตกกังวล.

ความมุ่งมั่น ถึง การเชื่อฟัง

วันนี้, ฉัน ให้สัญญา ถึง ความไว้วางใจ พระเจ้า อย่างเต็มที่

ฉัน จะ ปล่อย ควบคุม ที่ไหน พระเจ้า มี ถาม ฉัน ถึง ความไว้วางใจ

ฉันเลือกที่จะพักผ่อนอย่างมั่นคงด้วยศรัทธา

มอง ข้างหน้า ถึง วัน ยี่สิบ ห้า

เช่น ออกัสติน เรียนรู้ ถึง อนุญาต ไป, บางสิ่งบางอย่าง สวย ตามมาด้วย:

จอย ส่งคืนแล้ว—ไม่ใช่ จาก ความสำเร็จ, แต่ จาก พักผ่อน.

พรุ่งนี้ เรา จะ สำรวจ:

ยังไง ความสุข การไหล เมื่อไร ที่ วิญญาณ พักผ่อน ใน พระเจ้า.

วัน ยี่สิบ ห้า

เดอะ จอย ที่ มา จาก การพักผ่อน

KEY จุดสนใจ พระคัมภีร์

"ใน ของคุณ การมีอยู่ เป็น ความอิ่มเต็ม ของ ความสุข"

— บทเพลงสดุดี 16:11

"เดอะ ความสุข ของ ที่ ท่านลอร์ด เป็น ของคุณ ความแข็งแกร่ง."

— เนเฮมิยาห์ 8:10

"มา ถึง ฉัน... และ ฉัน จะ ให้ คุณ พักผ่อน."

— แมทธิว 11:28–29

"คุณ จะ เก็บ เขา ใน สมบูรณ์แบบ ความสงบ, ของใคร จิตใจ เป็น พักอยู่ บน คุณ."

— อิสยาห์ 26:3

ออกัสติน อาศัยอยู่ ช่วงเวลา

ใน ที่ ภายหลัง ปี ของ ของเขา ชีวิต, **ออกัสติน ของ ฮิปโป** ค้นพบ เอ ความสุข เขา ซึ่งไม่เคยทราบมาก่อนในฤดูกาลก่อนๆ

มัน เคยเป็น ไม่ ที่ ความสุข ของ ความสำเร็จ

ไม่ใช่ความสุขจากการได้รับการยอมรับ

ไม่ สม่ำเสมอ ที่ ความสุข ของ ความสำเร็จ ใน การรับใช้

คือความสุขของ การ **พักผ่อน**

เมื่อออกัสตินเรียนรู้ที่จะปล่อยวางการควบคุมและวางใจในพระเจ้าอย่างเต็มที่ ความวิตกกังวลก็ค่อยๆ ลดลง ของมัน การจับยึด เดอะ พยายาม ที่ ครั้งหนึ่ง ครอบงำ ของเขา ภายใน ชีวิต จางลง สิ่งที่หลงเหลืออยู่คือความปีติที่เงียบสงบและมั่นคง ซึ่งไม่ได้เกิดจากสถานการณ์รอบข้าง แต่เกิดจาก พระสิริ ของพระเจ้า

จอย เคยเป็น เลขที่ นานกว่า บางสิ่งบางอย่าง เขา

เขาไล่ตามมัน มันกลายเป็นสิ่งที่เขายึดติดอยู่

ชีวิต บทเรียน

จอย เป็น ที่ ผลไม้ ของ พักผ่อน, ไม่ต้อง ใช้ความพยายาม

ผู้เชื่อหลายคนแสวงหาความสุขผ่านความสำเร็จ การได้รับการยอมรับ หรือ การแสดงออก ทางจิตวิญญาณ พระคัมภีร์ สอน บางสิ่งบางอย่าง แตกต่าง: ความสุข การไหล โดยธรรมชาติ ที่ซึ่ง จิตวิญญาณได้พักพิงอยู่ในพระเจ้า

ความสุขไม่จำเป็นต้องเกิดขึ้นในสถานการณ์ที่สมบูรณ์แบบ แต่

ต้องการความไว้วางใจที่มั่นคง

เมื่อไร พักผ่อน แทนที่ พยายามอย่างหนัก ความสุข ปรากฏออกมา—ไม่ใช่ เช่น ความตื่นเต้น, แต่ เช่น **ความแข็งแกร่ง .**

กระจกเงา ช่วงเวลา (ส่วนตัว (การไตร่ตรอง)

สะท้อน ด้วยความศรัทธา:

- ที่ไหน มี คุณ เป็น กำลังมองหา ความสุข ผ่าน ความพยายาม?
- อะไร มี ความวิตกกังวล ถูกขโมย ความสุข จาก ใน ของคุณ ชีวิต?
- ยังไง อาจ พักผ่อน ใน พระเจ้า คืนค่า ความสุข?

อนุญาต ที่ วิญญาณ ถึง จัดแนวใหม่ ของคุณ ความคาดหวัง

การกระทำ สำหรับ การเชื่อฟัง

วันนี้, ฝึกฝน **ร่าเริง พักผ่อน .**

- ชุด นอกเหนือจากนั้น เวลา ถึง อย่างง่าย เป็น ใน พระเจ้า การมีอยู่
- ทำ ไม่ ถาม สำหรับ อะไรก็ตาม
- รับ พระเจ้า ความใกล้ชิด กับ ความกตัญญู

จอย บ่อยครั้ง ผลตอบแทน เมื่อไร เรา หยุด เรียกร้อง ผลลัพธ์

กลุ่ม การอภิปราย คำถาม

1. ทำไม ทำ เรา เชื่อมโยง ความสุข กับ ความสำเร็จ ค่อนข้าง กว่า พักผ่อน?
2. ยังไง ทำ ความวิตกกังวล กัดเซาะ ความสุข?
3. อะไร การปฏิบัติ ช่วย ผู้เชื่อ สด จาก พักผ่อน แทน ของ กำลังพยายามอยู่ใช่ไหม?

การอธิษฐาน

พ่อ, ขอบคุณ คุณ สำหรับ ที่ ความสุข ที่ มา จาก พักผ่อน ใน คุณ. ปล่อยตัว ฉัน จาก

พยายาม ที่ ขโมย ความสงบ.

คืนค่า ความสุข ถึง ของฉัน วิญญาณ เช่น ฉัน เชื่อมั่น คุณ

อย่างเต็มที่ ฉัน รับ ของคุณ ความสุข เช่น ของฉัน

ความแข็งแกร่ง.

อาเมน

พยากรณ์ คำประกาศ

เดอะ ความสุข ของ ที่ ท่านลอร์ด เป็น ของฉัน

ความแข็งแกร่ง ฉัน สด จาก พักผ่อน, ไม่ จาก

ความดัน.

จอย การไหล จาก พระเจ้า การมีอยู่ ใน ของฉัน ชีวิต.

จิตวิญญาณของฉันมั่นคงและปลอดภัยในพระองค์.

ความมุ่งมั่น ถึง การเชื่อฟัง

วันนี้, ฉัน ให้สัญญา ถึง การดำรงชีวิต จาก

พักผ่อนเถอะ

ฉันจะไม่แสวงหาความสุขด้วยการดิ้นรน

ฉัน รับ ที่ ความสุข ที่ การไหล จาก ความไว้วางใจ พระเจ้า.

มอง ข้างหน้า ถึง วัน ยี่สิบ หก

เช่น ความสุข ตั้งรกราก ใน ของออกัสติน หัวใจ, พระเจ้า เตรียมไว้ เขา สำหรับ บางสิ่งบางอย่าง ประมูล และ ศักดิ์สิทธิ์:

เสร็จสิ้น ดี.

พรุ่งนี้ เรา จะ สำรวจ:

ยังไง เอ ชีวิต ยึดตรึง ใน พระเจ้า เตรียม สำหรับ เอ สงบ เสร็จ.

วัน จบการแข่งขัน 26 ครั้ง ดี

KEY จุดสนใจ พระคัมภีร์

"ฉัน มี ต่อสู้ ที่ ดี ต่อสู้, ฉัน มี ที่เสร็จเรียบร้อย ที่ แข่ง, ฉัน มี เก็บไว้ ที่ ศรัทธา."

— 2 ทิโมธี 4:7

"อนุญาต เรา วิ่ง กับ ความอดทน ที่ แข่ง ที่ เป็น ชุด ก่อน เรา."

— ชาวฮีบรู 12:1

"เป็น ซื่อสัตย์ จนกระทั่ง ความตาย, และ ฉัน จะ ให้ คุณ ที่ มงกุฎ ของ ชีวิต."

— วิวรณ์ 2:10

"เดอะ จบ ของ เอ วัตถุ เป็น ดีกว่า กว่า ของมัน จุดเริ่มต้น."

— ปัญญาจารย์ 7:8

ออกัสติน อาศัยอยู่ ช่วงเวลา

ใน ที่ ปิด ปี ของ ของเขา ชีวิต, **ออกัสติน ของ ฮิปโป** ทำ ไม่ ช้า เพราะศรัทธาของเขาอ่อนแอลง

เขา ช้าลง เพราะ ของเขา จุดสนใจ ลับคมแล้ว

เขา เลขที่ นานกว่า วัด ชีวิต โดย ผลผลิต แต่ โดย ความ **ซื่อสัตย์** เขา ได้เรียนรู้ ที่ จุดเริ่มต้น สร้างแรงบันดาลใจ แต่ ตอนจบ ให้การเป็นพยาน มากมาย เริ่ม ดี; น้อย จบให้ ดีที่สุด ออกัสติน เคยเป็น มุ่งมั่น ถึง เสร็จ กับ ของเขา เชื่อมั่น สมบูรณ์ ของเขา หัวใจ อ่อนโยน และความหวังของเขายึดมั่นในพระเจ้า

เขา อาศัยอยู่ กับ ที่ จบ ใน มุมมอง—ไม่ใช่ ด้วยความหวาดกลัว แต่ ด้วยความซื่อสัตย์

ชีวิต บทเรียน

เสร็จสิ้น ดี เป็น ที่ เป้าหมาย ของ การเป็นศิษย์.

พระคัมภีร์ ทำ ไม่ ฉลอง ยังไง เสียงดัง เรา เริ่ม, แต่ ยังไง ด้วยความภักดี เราอดทน การจบชีวิตอย่างดีต้องอาศัยความสม่ำเสมอ ความอ่อนน้อมถ่อมตน การสำนึกผิด และความไว้วางใจ โดยเฉพาะอย่างยิ่ง เมื่อไร ความแข็งแกร่ง จางหายไป และ การมองเห็น ลดลง

เสร็จสิ้น ดี วิธี:

- ที่เหลืออยู่ ซื่อสัตย์ เมื่อไร เลขที่ หนึ่ง เป็น การรับชม
- ความไว้วางใจ พระเจ้า เมื่อไร ความจุ ลดลง
- ถือ หวัง เมื่อไร ผลลัพธ์ เป็น สมบูรณ์

พระเจ้า ค่านิยม **ความซื่อสัตย์ ถึง ที่ จบ .**

กระจกเงา ช่วงเวลา (ส่วนตัว (การไตร่ตรอง)

สะท้อน ด้วยความศรัทธา:

- อะไร ทำ "เสร็จสิ้น ดี" หมายถึง ถึง คุณ?
- อะไร นิสัย หรือ ทัศนคติ สามารถ ข่มขู่ ระยะยาว ความซื่อสัตย์?
- เป็น คุณ การดำรงชีวิต วันนี้ ใน เอ ทาง คุณ จะ เป็น ปลื้มปีติ สำหรับ ภายหลัง?

อนุญาต พระเจ้า รูปร่าง ของคุณ ทัศนคติ เกิน ที่ ปัจจุบัน ช่วงเวลา.

การกระทำ สำหรับ การเชื่อฟัง

วันนี้, ฝึกฝน **มุ่งเน้นที่จุดสิ้นสุด** ความ **ซื่อสัตย์**

- แยกแยะ หนึ่ง นิสัย หรือ ท่าทาง ที่ จะ ช่วย คุณ เสร็จ ดี
- เสริมความแข็งแกร่ง มัน โดยเจตนา วันนี้
- ปล่อย อะไรก็ตาม ที่ สามารถ ประนีประนอม ระยะยาว การเชื่อฟัง

เสร็จ ดี โดย การดำรงชีวิต ดี ตอนนี้.

กลุ่ม การอภิปราย คำถาม

1. ทำไม เป็น เสร็จสิ้น ดี บ่อยครั้ง ยากขึ้น กว่า เริ่มต้น แข็งแกร่ง?
2. ยังไง ทำ นิรันดร์ ทัศนคติ รูปร่าง รายวัน การตัดสินใจ?
3. อะไร การปฏิบัติ รักษาไว้ ความซื่อสัตย์ เกิน เอ ตลอดชีวิต?

การอธิษฐาน

พ่อ, ช่วย ฉัน สด กับ ที่ จบ ใน มุมมอง สอน ฉัน ถึง ค่า ความซื่อสัตย์ เกิน เสียงปรบมือ เสริมสร้างความแข็งแกร่ง ฉัน ถึง อดทน กับ หวัง และ ความไว้วางใจ

ฉันปรารถนาที่จะจบการแข่งขันของฉันให้ดี

อาเมน

พยากรณ์ คำประกาศ

ฉัน จะ เสร็จ ของฉัน แข่ง กับ ศรัทธา สมบูรณ์

ของพระเจ้า พระคุณ รักษาไว้ ฉัน ถึง ที่ จบ.

ฉัน ยังคง ซื่อสัตย์ ใน ทั้งหมด ฤดูกาล ของ ชีวิต.

ฉันจบชีวิตได้อย่างดี.

ความมุ่งมั่น ถึง การเชื่อฟัง

ข้าพเจ้า ขอให้คำมั่นสัญญาว่าจะดำเนินชีวิตด้วยความซื่อสัตย์ในระยะยาว จะ

ทำ ตัวเลือก ที่ ให้เกียรติ พระเจ้า จนกระทั่ง ที่ จบ.

ฉัน เชื่อมั่น พระเจ้า ถึง พก ฉัน ผ่าน ทั้งหมด ฤดูกาล.

มอง ข้างหน้า ถึง วัน ยี่สิบ เจ็ด

ขณะที่ออกัสตินเตรียมจะจบชีวิตอย่างสวยงาม พระเจ้าได้ทรงดลใจเขาด้วยบทเรียนสุดท้ายที่ทำให้เขาสำนึกผิดความจริง:

ของเรา ชีวิต ดำเนินการต่อ ถึง พูด หลังจาก เรา เป็น ไปแล้ว.

พรุ่งนี้ เรา จะ สำรวจ:

อะไร มัน วิธี ถึง เป็น อ่าน โดย รุ่นต่อรุ่น ยัง ยังไม่เกิด

วัน ยี่สิบ เจ็ด

เอ ชีวิต ที่ ต่อ เพื่อ พูด

KEY จุดสนใจ พระคัมภีร์

"คุณ เป็น ของเรา จดหมาย... เป็นที่รู้จัก และ อ่าน โดย ผู้ชาย ทุก คน''

— 2 โครินธ์ 3:2-3 ''การเป็นอยู่''

ตาย, เขา นิ่ง พูด''

— ชาวฮีบรู 11:4

''เดอะ หน่วยความจำ ของ ที่ ชอบธรรม ได้ รับพรแล้ว''

— สุภาษิต 10:7

"ดังนั้น ส่องแสง ของคุณ แสงสว่าง ก่อน ผู้ชาย ที่ พวกเขา อาจ ดู ของคุณ ดี งาน และสรรเสริญพระบิดาของท่านในสวรรค์''

— แมทธิว 5:16

ออกัสติน อาศัยอยู่ ช่วงเวลา

เมื่อไร **ออกัสติน ของ ฮิปโป** เข้าใกล้ ที่ จบ ของ ของเขา โลก การเดินทาง, เขา ไม่ได้สนใจว่าคนอื่นจะจดจำเขาหรือไม่

เขา เคยเป็น น่ากังวล กับ สิ่งมีชีวิต **ซื่อสัตย์**

เขาเข้าใจมานานแล้วว่าชีวิตที่อุทิศแด่พระเจ้าไม่ได้จบลงอย่างเงียบงัน พวกเขายังคงแสดงออกต่อไป ไม่ใช่ผ่านชื่อเสียง แต่ผ่านผลแห่งการกระทำ (ออกัสติน) ทำ ไม่ สด ถึง สร้าง เอ มรดก; เขา อาศัยอยู่ ถึง เชื่อฟัง พระเจ้า. ยัง การเชื่อฟังได้เขียนข้อความที่คงอยู่ยืนยาวกว่าตัวเขาเอง

ชีวิตของเขากลายเป็นเหมือนจดหมายที่ถูกอ่านข้ามรุ่น ข้ามวัฒนธรรม และข้ามศตวรรษ

ไม่ใช่เพราะเขาเป็นคนสมบูรณ์แบบ

แต่ เพราะ เขา เคยเป็น ได้ผลผลิตแล้ว

ชีวิต บทเรียน

ซื่อสัตย์ ชีวิต ดำเนินการต่อ ถึง พูด หลังจาก พวกเขา เป็น ไปแล้ว.

พระคัมภีร์สอนว่า การเชื่อฟังนั้นส่งผลไปไกลกว่าช่วงเวลานั้น คำพูดอาจเลือนหายไป แต่... ผลไม้ คงเหลืออยู่ เดอะ อิทธิพล ของ เอ ยอมจำนน ชีวิต บ่อยครั้ง ถึง สถานที่ บุคคลนั้น ไม่เคย จินตนาการ และ ครั้ง พวกเขา ไม่เคย อาศัยอยู่ ถึง ดู.

เรา เป็น เสมอ การเขียน บางสิ่งบางอย่าง:

- ผ่าน ของเรา ตัวเลือก
- ผ่าน ของเรา อักขระ
- ผ่าน ของเรา การเชื่อฟัง

เดอะ คำถาม เป็น ไม่ ไม่ว่า ของเรา ชีวิต จะ พูด—แต่ **อะไร พวกเขา จะ พูดว่า . ช่วงเวลาแห่งการทบทวนตนเอง (การไตร่ตรองส่วนตัว)**

สะท้อน อย่างระมัดระวัง:

- อะไร ข้อความ เป็น ของคุณ ชีวิต ตอนนี้ การเขียน?
- ถ้า คนอื่น ตามมา ของคุณ ตัวอย่าง, ที่ไหน จะ มัน ตะกั่ว พวกเขา?
- อะไร ทำ คุณ ต้องการ ของคุณ การเชื่อฟัง ถึง พูด ยาว หลังจาก คุณ เป็น ไปแล้ว?

อนุญาต นิรันดร์ ถึง แจ้ง ที่ ปัจจุบัน.

การกระทำ สำหรับ การเชื่อฟัง

วันนี้, สด กับ **โดยเจตนา พยาน .**

- เลือก หนึ่ง การกระทำ ที่ สะท้อนให้เห็น พระคริสต์ ชัดเจน
- พูด ความจริง อย่างอ่อนโยน ที่ไหน ความเงียบ จะ ทำให้เข้าใจผิด
- สด อย่างมีสติ การรู้ ของคุณ ชีวิต เป็น สิ่งมีชีวิต อ่าน

ความซื่อสัตย์ วันนี้ เขียน พรุ่งนี้ คำให้การ

กลุ่ม การอภิปราย คำถาม

1. ยังไง ทำ ชีวิต ดำเนินการต่อ ถึง พูด เกิน คำ?
2. อะไร แยกแยะ ยั่งยืน จิตวิญญาณ อิทธิพล จาก ผลกระทบชั่วคราว?

3. ยังไง สามารถ สามัญ การเชื่อฟัง รูปร่าง พิเศษ มรดก?

การอธิษฐาน

พ่อ, เตือน ฉัน ที่ ของฉัน ชีวิต เป็น สิ่งมีชีวิต อ่าน.

ช่วย ฉัน สด ใน เอ ทาง ที่ เกียรติยศ คุณ เกิน วันนี้

ขอให้การเชื่อฟังของข้าพเจ้าเป็นเครื่องเตือนใจถึงความจริง พระคุณ

และความหวังแก่ผู้อื่น จงเขียน ของคุณ ข้อความ ชัดเจน ผ่าน ของฉัน ชีวิต.

อาเมน

พยากรณ์ คำประกาศ

ของฉัน ชีวิต เป็น เอ การดำรงชีวิต จดหมาย ของ พระคริสต์

สัจธรรมของพระเจ้าปรากฏชัดเจนผ่านการเชื่อฟังของข้าพเจ้า

ความซื่อสัตย์ของข้าพเจ้าจะยืนยงไปไกลเกินกว่าช่วงชีวิตของข้าพเจ้า

ฉัน สด ถึง สรรเสริญ พระเจ้า ใน ทั้งหมด รุ่น.

ความมุ่งมั่น ถึง การเชื่อฟัง

วันนี้, ฉัน ให้สัญญา ถึง การดำรงชีวิต อย่างมีสติ ก่อน พระเจ้า และ คนอื่นๆ

ฉันจะให้ชีวิตของฉันสะท้อนถึงพระคริสต์อย่างซื่อสัตย์

ฉัน เลือก การเชื่อฟัง ที่ พูด เกิน ฉัน.

มอง ข้างหน้า ถึง วัน ยี่สิบ แปด

เมื่อการเดินทางใกล้จะสิ้นสุดลง พระเจ้าทรงหันความสนใจของเรากลับมาที่ภายในเป็น ครั้งสุดท้าย:

ยังไง ทำ เรา สด รายวัน กับ นิรันดร์ ใน ดู?

พรุ่งนี้ เรา จะ สำรวจ:

การดำรงชีวิต แต่ละ วัน เช่น เอ ซื่อสัตย์ เอกอัครราชทูต ของ พระคริสต์

วัน ยี่สิบ แปด

ดำเนินชีวิตในฐานะทูตของพระคริสต์ ทั้งหมด วัน

KEY จุดสนใจ พระคัมภีร์

"ตอนนี้ แล้ว, เรา เป็น ทูต สำหรับ พระคริสต์ เช่น แม้ว่า พระเจ้า พวกเขาวิงวอนผ่านพวกเรา"

— 2 ชาวโครินธ์ 5:20

"เช่น เขา เป็น, ดังนั้น เป็น เรา ใน นี้ โลก."

— 1 ยอห์น 4:17

"คุณ เป็น ที่ แสงสว่าง ของ ที่ โลก."

— แมทธิว 5:14

"จัดการ ตัวคุณเอง อย่างชาญฉลาด ไปทาง คนนอก"

— โคโลสเซียน 4:5

ออกัสติน อาศัยอยู่ ช่วงเวลา

โดย ที่ สุดท้าย ฤดูกาล ของ ของเขา ชีวิต, **ออกัสติน ของ ฮิปโป** เลขที่ นานกว่า แยกความเชื่อออกจากพฤติกรรม

ศรัทธา เคยเป็น ไม่ บางสิ่งบางอย่าง เขา

เขายึดมั่นใน สิ่งนั้น มันเป็นสิ่งที่เขา

เป็นตัวแทนอย่าง แท้จริง

ทุกการสนทนา การตัดสินใจ และการตอบสนองล้วนมีความสำคัญ ไม่ใช่เพราะเขา ต้องการเช่นนั้น อิทธิพล, แต่ เพราะ เขา เข้าใจแล้ว การเป็นตัวแทน ออกัสติน เขารู้แล้วว่า เขาไม่ได้พูดเพื่อตัวเองอีกต่อไป ชีวิตของเขาเป็นพยานที่เห็นได้ชัดถึงพระ คริสต์ที่เขาประกาศ

เขา อาศัยอยู่ รับรู้ ที่ พระคริสต์ เคยเป็น สิ่งมีชีวิต ตีความ ผ่าน เขา.

ชีวิต บทเรียน

เอกอัครราชทูตไม่ได้เป็นตัวแทนความคิดเห็นส่วนตัว แต่เป็นตัวแทนของ หน่วยงานที่ได้รับ

มอบหมายอำนาจ

พระคัมภีร์สอนว่าผู้เชื่อเป็นตัวแทนของพระคริสต์บนโลก ทูต ไม่ใช่ผู้คิดค้นข่าวสาร แต่เป็นผู้ถ่ายทอดข่าวสารอย่างซื่อสัตย์ ความน่าเชื่อถือ ของ ที่ ข้อความ เป็น บ่อยครั้ง ตัดสิน โดย ที่ จัดการ ของ ที่ ผู้ส่งสาร

การดำรงชีวิต เช่น หนึ่ง คำว่า "ทูต" หมายถึง:

- ความสม่ำเสมอ ระหว่าง ความเชื่อ และ พฤติกรรม
- การรับรู้ ที่ การกระทำ สื่อสาร เทววิทยา
- รายวัน ความซื่อสัตย์ ใน สามัญ ช่วงเวลา

เดอะ พระกิตติคุณ เป็น บ่อยครั้ง อันดับแรก พบเจอ ผ่าน ชีวิต, ไม่ คำเทศนา

กระจกเงา ช่วงเวลา (ส่วนตัว (การไตร่ตรอง)

สะท้อน อย่างระมัดระวัง:

- อะไร รูปภาพ ของ พระคริสต์ ทำ ของคุณ รายวัน ชีวิต ปัจจุบัน?
- ที่ไหน อาจ ของคุณ พฤติกรรม ขัดแย้ง ของคุณ คำสารภาพ?
- ทำ คุณ สด อย่างมีสติ เช่น เอ ตัวแทน—หรือ อย่างไม่เป็นทางการ เช่น เอ ผู้ศรัทธา?

อนุญาต พระเจ้า ปรับปรุง ความตระหนักรู้ ของคุณ

การกระทำ สำหรับ การเชื่อฟัง

วันนี้, ฝึกฝน **โดยเจตนา** การ **เป็นตัวแทน**

- เลือก หนึ่ง สามัญ ปฏิสัมพันธ์
- ถาม ตัวคุณเอง: *ยังไง จะ พระคริสต์ เป็น ตัวแทน ที่นี่?*
- ตอบกลับ ดังนั้น—ด้วย พระคุณ ความจริง, ความอดทน, หรือ ความกล้าหาญ

เอกอัครราชทูต เป็น อาศัยอยู่ หนึ่ง ช่วงเวลา ที่ เอ เวลา.

กลุ่ม การอภิปราย คำถาม

1. อะไร ทำ มัน ในทางปฏิบัติ หมายถึง ถึง สด เช่น ของพระคริสต์ ทูต?
2. ยังไง ทำ ทุกวัน การกระทำ รูปร่าง ยังไง คนอื่น เข้าใจ พระคริสต์หรือไม่?
3. อะไร ความท้าทาย ทำ สม่ำเสมอ การเป็นตัวแทน ยาก?

การอธิษฐาน

พ่อครับ ผมยอมรับความรับผิดชอบในการเป็นตัวแทนของพระคริสต์ ครับ ของฉัน คำ, การกระทำ และ ทัศนคติ กับ ของคุณ หัวใจ. ปล่อยให้. ของฉัน ชีวิต สะท้อน ที่ ความจริง ฉัน ศาสตราจารย์

ช่วย ฉัน สด อย่างมีสติ เช่น ของคุณ ท่านทูต อาเมน

พยากรณ์ คำประกาศ

ฉัน เช้า ของพระคริสต์ เอกอัครราชทูต ใน นี้ โลก.

ของฉัน ชีวิต สะท้อนให้เห็น ของเขา ความจริง, รัก, และ อำนาจ.

ข้าพเจ้าเป็นตัวแทนของพระคริสต์อย่างซื่อสัตย์ในทุกที่

พระเจ้า เป็น ได้รับการยกย่อง ผ่าน ของฉัน การเชื่อฟัง

ความมุ่งมั่น ถึง การเชื่อฟัง

วันนี้, ฉัน ให้สัญญา ถึง การดำรงชีวิต อย่างมีสติ เช่น ของพระคริสต์ เอกอัครราชทูต ฉัน จะ จัดแนว ของฉัน รายวัน ชีวิต กับ ที่ ข้อความ ฉัน พก.

ฉัน เลือก ซื่อสัตย์ การเป็นตัวแทน เกิน ความสะดวก.

มอง ข้างหน้า ถึง วัน ยี่สิบ เก้า

เช่น ที่ การเดินทาง ใกล้ เสร็จสมบูรณ์ พระเจ้า นำมา เรา ถึง เอ สุดท้าย ด้านใน ท่าทาง:

การดำรงชีวิต พร้อม.

พรุ่งนี้ เรา จะ สำรวจ:

อะไร มัน วิธี ถึง สด เตรียมพร้อม—โดยไม่มี ความกลัว—เพราะ นิรันดร์

วัน ยี่สิบเก้า ชีวิต พร้อม สำหรับ นิรันดร์

KEY จุดสนใจ พระคัมภีร์

"สอน เรา ถึง ตัวเลข ของเรา วัน ที่ เรา อาจ ได้รับ เอ หัวใจ ของ ภูมิปัญญา."

— บทเพลงสดุดี 90:12

"สำหรับ ถึง ฉัน, ถึง สด เป็น พระคริสต์ และ ถึง ตาย เป็น ได้รับ."

— ชาวฟีลิปปี 1:21

"ดังนั้น ที่ เรา อาจ มี ความมั่นใจ และ ไม่ เป็น ละอาย ก่อน เขา ที่ การเสด็จมา ของพระองค์ ”

— 1 ยอห์น 2:28

"ชุด ของคุณ จิตใจ บน สิ่งของ ข้างบน, ไม่ บน สิ่งของ บน ที่ โลก."

— โคโลสเซียน 3:2

ออกัสติน อาศัยอยู่ ช่วงเวลา

ใน ที่ สุดท้าย ฤดูกาล ของ ของเขา ชีวิต, **ออกัสติน ของ ฮิปโป** อาศัยอยู่ กับ หนึ่ง ความตระหนักรู้ถึงความเป็นนิรันดร์ ที่ไม่สั่นคลอน

ไม่ใช่ด้วยความกลัว

ไม่ใช่ กับ

ความหวาดกลัว แต่ กับ

ความ **ชัดเจน**

เขา เลขที่ นานกว่า ยึดติด ถึง เวลา. เขา ผู้ดูแล มัน. ออกัสติน เข้าใจแล้ว การดำรงชีวิตนั้น พร้อม สำหรับ นิรันดร์ ทำ ไม่ หมายถึง การถอนตัว จาก ชีวิต—มัน หมายถึง ใช้ชีวิตในแต่ละวันด้วยความสอดคล้องกับความเป็นนิรันดร์

ความตาย เคยเป็น เลขที่ นานกว่า หนึ่ง การขัดจังหวะ

มันเป็นช่วงเปลี่ยนผ่าน

เพราะ ของเขา ชีวิต มี เป็น สั่งซื้อ ไปทาง พระเจ้า, นิรันดร์ รู้สึก คุ้นเคย แทนที่จะ ต่างชาติ.

ชีวิต บทเรียน

ความพร้อม สำหรับ นิรันดร์ ผลิต ความสงบ ใน ที่ ปัจจุบัน.

พระคัมภีร์ ไม่เคย การโทร ผู้เชื่อ ถึง กลัว นิรันดร์ มัน การโทร เรา ถึง สด **เตรียมไว้** . เมื่อไร พระคริสต์ เป็น ที่ ศูนย์ ของ ชีวิต, นิรันดร์ กลายเป็น ความต่อเนื่อง—ไม่ใช่ การสูญเสีย.

การดำรงชีวิต พร้อม วิธี:

- ถือ สิ่งต่างๆ บนโลกอย่างหลวมๆ
- เดิน รายวัน ใน การสำนึกผิด และ การเชื่อฟัง
- การยึดตรึง หวัง เกิน เวลา

เหล่านั้น WHO สด พร้อม ทำ ไม่ รีบ ชีวิต—พวกเขา **ไล่ถอน** มัน.

กระจกเงา ช่วงเวลา (ส่วนตัว (การไตร่ตรอง)

สะท้อน อย่างเงียบๆ:

- ถ้า วันนี้ คือ ของคุณ ล่าสุด วัน, อะไร จะ ยังคง ยังไม่ได้รับการแก้ไข?
- อะไร เอกสารแนบ ทำ นิรันดร์ รู้สึก ไกลออกไป ค่อนข้าง กว่า มีความหวังใช่ไหม?
- เป็น คุณ การดำรงชีวิต เตรียมพร้อม—หรือ เพียงแค่ สมมติว่า เวลา?

อนุญาต ที่ วิญญาณ นำมา อ่อนโยน ความชัดเจน ไม่ ความวิตกกังวล.

การกระทำ สำหรับ การเชื่อฟัง

วันนี้, ฝึกฝน **นิรันดร์** การ **จัดแนว**

- ที่อยู่ หนึ่ง ยังไม่ได้รับการแก้ไข การเชื่อฟัง หรือ ความสัมพันธ์
- ปล่อย หนึ่ง โลก เอกสารแนบ ที่ ถือ ของคุณ หัวใจ ด้วย แน่น
- ขอบคุณ พระเจ้า สำหรับ ที่ หวัง ของ นิรันดร์

ความพร้อม เติบโต ผ่าน โดยเจตนา การจัดเรียง

กลุ่ม การอภิปราย คำถาม

1. ทำไม ทำ นิรันดร์ บ่อยครั้ง รู้สึก เชิงนามธรรม ค่อนข้าง กว่า ปัจจุบัน?
2. ยังไง ทำ การดำรงชีวิต พร้อม ส่งผลกระทบ รายวัน ลำดับความสำคัญ?

3. อะไร ช่วย ผู้เชื่อ สด เตรียมไว้ ปราศจาก กลัว?

การอธิษฐาน

พ่อ, สอน ฉัน ถึง สด กับ นิรันดร์ ใน ดู. ลบ กลัว และ แทนที่ มัน กับ ความมั่นใจ

โปรดช่วยให้ข้าพเจ้าจัดระเบียบวันเวลาของข้าพเจ้าอย่างชาญฉลาดแ

ละเชื่อฟังด้วย เถิด ข้าพเจ้า สด พร้อม—ไม่พร้อม กลัว—แต่

ปลอดภัย ใน คุณ. อาเมน.

พยากรณ์ คำประกาศ

ฉัน สด พร้อม สำหรับ นิรันดร์

ของฉัน หวัง เป็น ยึดตรึง เกิน นี้ ชีวิต.

ฉันดำเนินชีวิตด้วยความสงบ ความมั่นใจ และการเชื่อฟัง

พระคริสต์คือชีวิตของฉัน ทั้งในตอนนี้และตลอดไป

ความมุ่งมั่น ถึง การเชื่อฟัง

วันนี้, ฉัน ให้สัญญา ถึง การดำรงชีวิต เตรียมไว้ สำหรับ นิรันดร์ ฉัน

จะ คำสั่ง ของฉัน ชีวิต ตาม ถึง นิรันดร์ ความจริง.

ฉัน เลือก ความพร้อม ราก ใน พระคริสต์

วันที่สามสิบ เขียน โดย พระเจ้า, ไม่ โดย

ผู้ชาย

KEY จุดสนใจ พระคัมภีร์

"คุณ เป็น ของเรา จดหมาย เขียนไว้ ใน ของเรา หัวใจ เป็นที่รู้จัก และ อ่าน โดย ทั้งหมด ผู้ชาย; ชัดเจน คุณ เป็น หนึ่ง จดหมาย ของ พระคริสต์... เขียนไว้ ไม่ กับ หมึก แต่ โดย ที่ วิญญาณ ของพระเจ้าผู้ทรงพระชนม์อยู่''

— 2 ชาวโครินธ์ 3:2–3

"โดย ของพวกเขา ผลไม้ คุณ จะ ทราบ พวกเขา."

— แมทธิว 7:16

"อนุญาต ของคุณ แสงสว่าง ดังนั้น ส่องแสง ก่อน ผู้ชาย''

— แมทธิว 5:16

''เพราะพระเจ้าทรงเป็นผู้ทรงสถิตอยู่ในท่านทั้งหลาย ทั้งในด้านความตั้งใจและการกระทำเพื่อพระประสงค์ของพระองค์'' ความพึงพอใจ."

— ชาวฟิลิปปี 2:13

ออกัสติน อาศัยอยู่ ช่วงเวลา

เมื่อถึงช่วงชีวิตนี้ **ออกัสตินแห่งฮิปโป** ได้เข้าใจบางสิ่งบางอย่างที่ ผู้ศรัทธาหลายคนไม่เคยเข้าใจอย่างถ่องแท้: ของเขา ชีวิต เคยเป็น เลขที่ นานกว่า ส่วนตัว.

ไม่ใช่เพราะเขาต้องการเรียกร้องความสนใจ แต่เพราะการเชื่อฟังจะทิ้ง **ร่องรอยไว้** ออกัสตินรู้ว่าพยานหลักฐานที่ทรงพลังที่สุดที่เขามีอยู่นั้นไม่ใช่ ผลงานเขียน คำเทศนา หรือข้อโต้แย้งของเขา แต่เป็นการงานที่ปรากฏให้เห็นของพระเจ้าซึ่งสลักอยู่ใน อุปนิสัย ของเขา

เขา มี ครั้งหนึ่ง พยายาม ถึง ผู้เขียน ของเขา เป็นเจ้าของ อัตลักษณ์

ตอนนี้เขาอนุญาตให้พระเจ้าเป็นผู้เขียนแล้ว

ผู้ชายอาจแก้ไขเรื่องราวได้ พระเจ้า เขียน

การแปลง รูป

ชีวิต บทเรียน

ทั้งหมด ชีวิต บอก เอ เรื่องราว—ไม่ว่าจะเป็น โดยเจตนา หรือ ไม่.

พระคัมภีร์ประกาศว่าผู้เชื่อเป็นเสมือนจดหมายที่มีชีวิต ซึ่ง โลก ได้อ่านอยู่ตลอดเวลา เดอะ คำถาม เป็น ไม่ ถ้า เรา เป็น สิ่งมีชีวิต อ่าน, แต่ **WHO เป็น ทำ ที่ การเขียน .**

เอ ชีวิต เขียนไว้ โดย ผู้ชาย เป็น รูปทรง โดย:

- วัฒนธรรม
- ความดัน
- กลัว ของ ความคิดเห็น

เอ ชีวิต เขียนไว้ โดย พระเจ้า เป็น รูปทรง โดย:

- การเชื่อฟัง
- การสำนึกผิด
- เกรซ
- ความจริง

เท่านั้น หนึ่ง ผลิต ผลไม้ ที่ คงอยู่ต่อไป

กระจกเงา ช่วงเวลา (ส่วนตัว (การไตร่ตรอง)

นั่ง อย่างระมัดระวัง กับ เหล่านี้ คำถาม:

- WHO มี เป็น การขึ้นรูป ของคุณ เรื่องราว ที่สุด—พระเจ้า หรือ ประชากร?
- อะไร ข้อความ ทำ ของคุณ ปัจจุบัน ไลฟ์สไตล์ สื่อสาร?
- ถ้า บางคน "อ่าน" ของคุณ ชีวิต, อะไร จะ พวกเขา เรียนรู้ เกี่ยวกับ พระคริสต์?

อย่าให้พระวิญญาณทรงค้นหาถ้อยคำของคุณ แต่จงค้นหา **พฤติกรรม ของคุณ การ**

กระทำ **สำหรับ การเชื่อฟัง**

วันนี้, อย่างมีสติ ส่ง ของคุณ เรื่องราว ถึง พระเจ้า.

- แยกแยะ หนึ่ง พื้นที่ ที่ไหน คุณ มี อนุญาต ภายนอก เสียง ถึง รูปร่าง คุณ
- ยอมแพ้ มัน โดยเจตนา ถึง ที่ ศักดิ์สิทธิ์ วิญญาณ
- อธิษฐาน นี้ ออกเสียง:

"พระเจ้าข้า" เขียน ของคุณ ความจริง เข้าไปข้างใน ของฉัน ชีวิต."

การเชื่อฟัง เป็น พระเจ้า หมึก.

กลุ่ม การอภิปราย คำถาม

1. อะไร ทำ มัน หมายถึง ถึง เป็น เอ "การดำรงชีวิต จดหมาย" ใน ใช้ได้จริง เงื่อนไข?
2. ยังไง ทำ วัฒนธรรม พยายาม ถึง ผู้เขียน ของเรา ตัวตน?
3. ทำไม ทำ มองเห็นได้ ผลไม้ วัตถุ มากกว่า กว่า วาจา คำสารภาพ?

การอธิษฐาน

พ่อ, ฉัน ผลผลิต ของฉัน ชีวิต ถึง คุณ เช่น ที่ ผู้เขียน.

ลบสิ่งที่คุณไม่ได้เขียนออกไป

จารึก ของคุณ ความจริง เข้าไปข้างใน ของฉัน อักขระ.

อนุญาต ของฉัน ชีวิต สื่อสาร พระคริสต์ ชัดเจน ถึง ที่ โลก. อาเมน.

พยากรณ์ คำประกาศ

ของฉัน ชีวิต เป็น เขียนไว้ โดย พระเจ้า, ไม่ โดย ผู้ชาย

เดอะ วิญญาณ ของ ที่ การดำรงชีวิต พระเจ้า รูปทรง ของฉัน คุณลักษณะ

การเชื่อฟังของฉันเป็นพยานถึงพระคริสต์

ฉัน เช้า เอ การดำรงชีวิต จดหมาย, อ่าน โดย โลก .

ความมุ่งมั่น ถึง การเชื่อฟัง

วันนี้ ข้าพเจ้าขอให้คำมั่นสัญญาว่าจะดำเนินชีวิตอย่างมีเป้าหมายต่อหน้า

พระเจ้า จะ ไม่ อนุญาต วัฒนธรรม หรือ ความดัน ถึง กำหนด ฉัน.

ฉัน เลือก ถึง เป็น เขียนไว้ โดย ที่ วิญญาณ ของ ที่ การดำรงชีวิต พระเจ้า.

มอง ข้างหน้า ถึง วัน สามสิบ เอ็ด

ตอนนี้ ที่ เรา เข้าใจ **WHO เป็น การเขียน** , เรา ต้อง เผชิญหน้า **อะไร ถูก ผลิต** ขึ้น

วัน อายุ 31 ปี เมื่อ เลขที่ หนึ่ง เป็น

การรับชม

A สถานการณ์ ถึง เข้า

มัน เป็น หนึ่ง สามัญ ช่วงเวลา.

เลขที่ ประกาศ.

เลขที่ พยาน

เลขที่ ความดัน จาก ใครก็ได้ อย่างอื่น

คุณเหลือทางเลือกเพียงลำพัง

มันเล็กมากจนไม่มีใครสังเกตเห็นหากคุณไม่สนใจมัน สมเหตุสมผลแล้ว เพียงพอ ที่ คุณ สามารถ อธิบาย มัน ห่างออกไป. เงียบ เพียงพอ ที่ มัน รู้สึก ไม่มีนัยสำคัญ

และ แต่—คุณ ลังเล.

ไม่ เพราะ ของ ผลที่ตามมา ไม่ใช่เพราะชื่อเสียง

แต่ เพราะ บางสิ่งบางอย่าง ใน คุณ รู้ว่า:

นี้ ช่วงเวลา เป็น สิ่งมีชีวิต เขียนโดย .

ความจริงอันเงียบสงบ

ที่สุด ของ ชีวิต เป็น ไม่ อาศัยอยู่ บน เอ เวที.

มันถูกดำรงอยู่ในห้องที่ไม่มีใครปรบมือ ในการตัดสินใจที่ไม่มีใครจดบันทึก ใน ความคิด เลขที่ หนึ่ง ได้ยิน. พระคัมภีร์ ไม่เคย ขนม เหล่านี้ ช่วงเวลา เช่น เป็นกลาง. มัน ถือว่า สิ่งเหล่านี้เป็น **ปัจจัยสำคัญในการพัฒนา**

อะไร คุณ ฝึกฝน ใน ความลับ ในท้ายที่สุด ปรากฏ ใน สาธารณะ.

พระคัมภีร์ เช่น พยาน

"ของคุณ พ่อ WHO เห็น ใน ความลับ จะ รางวัล คุณ เปิดเผย"

— แมทธิว 6:6

"เขา WHO เป็น ซื่อสัตย์ ใน อะไร เป็น น้อยที่สุด เป็น ซื่อสัตย์ อีกด้วย ใน มาก."

— ลูค 16:10

"ค้นหา ฉัน, โอ พระเจ้า, และ ทราบ หัวใจ ของฉัน ”

— บทเพลงสดุดี 139:23

เอ อ่อนโยน คำแนะนำ

จะเป็นอย่างไรหากวันนี้คุณฝึกฝนการเชื่อฟัง **โดยไม่หวังรางวัล ?**

ไม่ใช่เพราะอยากให้คนอื่นสังเกตเห็น

ไม่ เพราะ มัน จะ เป็น ได้รับการยกย่อง

แต่เพราะพระเจ้าทรงเห็น

เลือกคำตอบที่ถูกต้อง บอก ที่ ความจริง

คุณ สามารถ ซ่อน.

จงต่อต้านนิสัยที่ไม่มีใครรู้

ปล่อยให้ช่วงเวลานี้เป็นของพระเจ้าแต่เพียงผู้เดียว

เอ คำถาม ถึง นั่ง กับ

ถ้า นี้ ช่วงเวลา คือ ที่ เท่านั้น หน้าหนังสือ บางคน เคย อ่าน ของ ของคุณ ชีวิต อะไรนะ จะ มัน พูด เกี่ยวกับ WHO คุณ เป็น กำลังจะเป็นอย่างไร?

อย่ารีบผ่านคำถามไป

ปล่อยให้คำถามนั้นอ่านใจคุณ

เอ เรียบง่าย การกระทำ

วันนี้, แยกแยะ **หนึ่ง ส่วนตัว ช่วงเวลา** และ เลือก การเชื่อฟัง อยู่ที่นั่น อย่าประกาศให้ใครรู้

ทำ ไม่ บันทึก มัน.

ทำ ไม่ อธิบาย มัน.

อนุญาต มัน เป็น

สักการะ.

เอ การอธิษฐาน (อย่างเงียบๆ) (พูด)

พ่อ,

สอน ฉัน ถึง สด ก่อน คุณ, ไม่ ก่อน ผู้คน. แบบฟอร์ม ของฉัน อักขระ

ที่ไหน เลขที่ หนึ่ง เห็น.

เขียน ความจริง เข้าไปข้างใน ที่ ที่ซ่อนอยู่ สถานที่ ของ ของฉัน

ชีวิต. ฉันเลือกความซื่อสัตย์อย่างลับๆ

อาเมน

เอ อ่อนนุ่ม คำประกาศ

ฉัน สด ก่อน ที่ ดวงตา ของ พระเจ้า.

ของฉัน การเชื่อฟัง ทำ ไม่ ขึ้นอยู่กับ บน การมองเห็น

ฉัน เลือก ความซื่อสัตย์ เมื่อไร เลขที่ หนึ่ง กำลังดู อยู่

มอง ข้างหน้า ถึง วัน สามสิบ สอง

พรุ่งนี้, ที่ การตั้งค่า การเปลี่ยนแปลง

มี คน *กำลัง* จับตามองอยู่ แต่พวกเขาเข้าใจคุณผิด เราจะมาสำรวจเรื่องนี้กัน:

วัน สามสิบสอง – เมื่อไร คุณ ถูก เข้าใจผิด

ยังไง เอ การดำรงชีวิต จดหมาย ตอบกลับ เมื่อไร อ่าน ไม่ถูกต้อง

วัน สามสิบ สอง

เมื่อไร คุณ เป็น เข้าใจผิด

A สถานการณ์ ถึง เข้า

คุณ หมายถึง ดี.

คุณ ระมัดระวัง การตัดสินใจ เคยเป็น

อธิษฐานภาวนา

ยัง อย่างไรก็ตาม อะไร คนอื่น ได้ยิน เคยเป็น ไม่ อะไร คุณ หมายความว่า

สิ่งที่พวกเขาคาดเดาไม่ใช่สิ่งที่คุณพกติดตัวมา

อะไร พวกเขา ซ้ำ เคยเป็น ไม่ อะไร จริงๆ แล้ว เหตุการณ์เกิดขึ้นแล้ว

คุณรู้สึกอยากอธิบาย

ถึง ถูกต้อง ที่ บันทึกไว้

เพื่อใช้ปกป้องตัวเอง

และ คุณ หยุดชั่วคราว.

เดอะ เงียบ ความเครียด

การถูกเข้าใจผิดเป็นหนึ่งในประสบการณ์ที่ไม่สบายใจที่สุดของ การเชื่อฟัง

มัน รู้สึก ไม่ยุติธรรม

มัน รู้สึก การเปิดเผย

มัน รู้สึก ชอบ ความเงียบ อาจ ดู ชอบ ความรู้สึกผิด

แต่พระคัมภีร์ไม่เคยสัญญาว่าการเชื่อฟังจะถูกตีความอย่างถูกต้องเสมอไป บางครั้ง ความซื่อสัตย์ไม่ได้ถูกทดสอบด้วยการต่อต้าน แต่ด้วย **การตีความ** ผิด

อะไร คุณ ทำ ต่อไป เรื่องต่างๆ มากกว่า กว่า อะไร เคยเป็น พูดว่า.

พระคัมภีร์ เช่น พยาน

"เมื่อไร เขา เคยเป็น ถูกประณาม เขา ทำ ไม่ ประณาม ใน กลับ."

— 1 ปีเตอร์ 2:23

“เอ ดี ชื่อ เป็น ค่อนข้าง ถึง เป็น เลือก กว่า ยอดเยี่ยม ความร่ำรวย”

— สุภาษิต 22:1

"ให้สัญญา ของคุณ ทาง ถึง ที่ พระเจ้า... และ เขา จะ นำมา มัน ถึง ผ่าน."

— บทเพลงสดุดี 37:5

เอ อ่อนโยน คำแนะนำ

จะเป็นอย่างไรถ้าวันนี้คุณเชื่อมั่น **ในคุณธรรมมากกว่าคำอธิบาย** ? ไม่ใช่ ทั้งหมด

ความเข้าใจผิด ความต้องการ เอ การตอบสนอง.

ไม่ใช่ทุกข้อกล่าวหาที่ต้องมีคำอธิบาย และ

ไม่ใช่ทุกความเงียบคือการยอมจำนน

บางครั้ง การตอบสนองที่ซื่อสัตย์ที่สุดคือการคงความมั่นคงไว้—ปล่อยให้เวลาและ ความจริง เข้ามามีบทบาท และ ผลไม้ ถึง พูด มากกว่า ชัดเจน กว่า การป้องกัน เคย สามารถ.

เอ คำถาม ถึง นั่ง กับ

ทำ คุณ เชื่อมั่น พระเจ้า เพียงพอ ถึง อนุญาต เขา แก้ต่าง หรือ

คุณรู้สึกว่าตนเองมีหน้าที่ต้องควบคุมเรื่องราว? ปล่อยให้ ที่ คำถาม ชำระ

ก่อน คุณ คำตอบ มัน.

เอ เรียบง่าย การกระทำ

วันนี้ จงระงับความอยากที่จะแก้ไขความเข้าใจผิดแม้ เพียงเล็กน้อย อย่าทำเช่นนั้น

อย่างถาวร

ไม่ อย่างเฉื่อยชา แต่

จงอธิษฐาน ถาม

พระเจ้า:

"เป็น ของฉัน การตอบสนอง จำเป็น—หรือ เป็น ของฉัน ความมั่นคง เพียงพอ?"

แล้ว กระทำ ตามนั้น

เอ การอธิษฐาน (อย่างเงียบๆ) (พูด)

พ่อ,

คุณ ดู อะไร คนอื่น อ่านผิด

สอน ฉัน ถึง ตอบกลับ กับ ภูมิปัญญา, ไม่ ความกลัว โปรด

ช่วยให้ข้าพเจ้าไว้วางใจพระองค์ในเรื่องชื่อเสียงของข้าพเจ้าด้วย

ฉัน สถานที่ ของฉัน ชื่อ ใน ของคุณ ความห่วงใย

อาเมน

เอ อ่อนนุ่ม คำประกาศ

ฉัน ทำ ไม่ พยายาม ถึง ปกป้อง ตัวฉันเอง

พระเจ้า เป็น ที่ ผู้รักษาประตู ของ ของฉัน ชื่อ.

ฉัน ยังคง ซื่อสัตย์ เมื่อไร เข้าใจผิด

มอง ข้างหน้า ถึง วัน สามสิบ สาม

พรุ่งนี้, ที่ ความเครียด ลึกซึ้งยิ่งขึ้น

ต้นทุนไม่ได้อยู่ที่ความเข้าใจผิดอีกต่อไปแล้ว แต่เป็น เรื่อง

ความ **สัมพันธ์**

เรา จะ สำรวจ:

วัน สามสิบสาม – เมื่อไร ความจริง ค่าใช้จ่าย คุณ ความสัมพันธ์

ยังไง เอ การดำรงชีวิต จดหมาย พูด สุจริต ปราศจาก การพยายาม ถึง ควบคุม ที่ ผลลัพธ์

วัน สามสิบ สาม

เมื่อความจริงทำให้คุณต้องสูญเสีย ความสัมพันธ์

สถานการณ์ ถึง เข้า

A คุณ ทำ ไม่ วางแผน ระยะ ทาง

มัน เกิดขึ้น อย่างช้าๆ—

เอ หยุดชั่วคราว ใน การสนทนา

การเปลี่ยนแปลงน้ำเสียง

หนึ่ง ไม่ได้พูดออกมา ความเครียด.

คุณ พูด สุจริต, แต่ ไม่ อย่างรุนแรง คุณ เลือก

ความซื่อสัตย์, ไม่ การยั่วยุ

ถึงกระนั้นก็ยังมีบางอย่างเปลี่ยนแปลงไป

ความสัมพันธ์ไม่ได้แตกหักอย่าง รุนแรง **ลอยไป** เรื่อยๆ

และ คุณ รู้สึก ที่ น้ำหนัก ของ มัน.

เดอะ เงียบ การต่อสู้

ความจริง บ่อยครั้ง แบกรับ เอ ค่าใช้จ่าย เรา นานๆ ครั้ง เตรียมตัว

ไม่ใช่การถูกปฏิเสธจากคนแปลก หน้า—

แต่ ระยะทาง จาก ประชากร เรา การดูแล เกี่ยวกับ.

พระคัมภีร์ ไม่เคย คำสัญญา ที่ ความจริง จะ เสมอ เป็น ยินดีต้อนรับ บางครั้งมันก็เปิดเผย สร้างความไม่สบายใจ หรือก่อกวนสิ่งที่คนอื่นยังไม่พร้อมเผชิญหน้า ใน กรณีเหล่านั้น ช่วงเวลา รัก เป็น ผ่านการทดสอบแล้ว—ไม่ใช่ โดย ความเงียบ แต่ โดย **ซื่อสัตย์ ความซื่อสัตย์ โดยปราศจาก การ** ควบคุม

คุณ ไม่สามารถ ตัดสินใจ ยังไง คนอื่น ตอบกลับ คุณ

สามารถ เท่านั้น ตัดสินใจ ยังไง คุณ ยังคงอยู่

พระคัมภีร์เป็นพยาน

"เช้า ฉัน ตอนนี้ กำลังมองหา ที่ การอนุมัติ ของ ผู้ชาย, หรือ ของ พระเจ้า?"

— ชาวกาลาเทีย 1:10 “การพูด” ที่

ความจริง ใน รัก."

— เอเฟซัส 4:15

“ได้รับพร” เป็น คุณ เมื่อไร ประชากร สบประมาท คุณ... เพราะ ของ ฉัน”

— แมทธิว 5:11

เอ อ่อนโยน คำแนะนำ

จะเป็นอย่างไรหากวันนี้คุณเลิกยึดติดกับความจำเป็นใน **การอนุรักษ์ ผลลัพธ์** ? คุณ

สามารถ รัก อย่างลึกซึ้ง และ นิ่ง เป็น ไม่เห็นด้วย กับ.

คุณ สามารถ พูด ความจริง อย่างอ่อนโยน และ นิ่ง เป็น ต่อต้าน

คุณ สามารถ ยังคง ซื่อสัตย์ ปราศจาก การบังคับ การคืนดี

หน้าที่ของคุณคือการเชื่อฟัง

พระเจ้า ความรับผิดชอบ เป็น หัวใจ

เอ คำถาม ถึง นั่ง กับ

เป็น คุณ มากกว่า เกรงกลัว ของ สูญเสีย ความสัมพันธ์

-หรือ ของ แพ้ ความซื่อสัตย์?

นั่ง กับ ที่ คำถาม ยาว เพียงพอ ถึง คำตอบ สุจริต.

เอ เรียบง่าย การกระทำ

วันนี้, เลือก ความซื่อสัตย์ เกิน การประนีประนอม อย่าถอนตัว

ทำ ไม่ อธิบายมากเกินไป

อย่าแข็งกร้าว

ยังคง ใจดีเสมอ ซื่อตรง.

ยังคง เปิด—โดยไม่มี ไล่ล่า การยอมรับ

เอ การอธิษฐาน (อย่างเงียบๆ) (พูด)

พ่อ,

คุณ ทราบ ที่ ค่าใช้จ่าย ของ ความจริง พูด ใน ความรัก ช่วยเหลือ

ฉัน ยังคง ซื่อสัตย์ ปราศจาก ความไม่พอใจ

อารักขา ของฉัน หัวใจ จาก ประนีประนอม และ จาก ความแข็งแกร่ง

ฉันวางใจในพระองค์ในทุกความสัมพันธ์

อาเมน

เอ อ่อนนุ่ม คำประกาศ

ฉัน เลือก ความจริง พูด ใน รัก.

ฉัน ปล่อย ควบคุม เกิน ผลลัพธ์

ฉัน ยังคง ซื่อสัตย์, สม่ำเสมอ เมื่อไร มัน ค่าใช้จ่าย

มอง ข้างหน้า ถึง วัน สามสิบ สี่

พรุ่งนี้, ที่ จุดสนใจ เลี้ยว ด้านใน อีกครั้ง

ไม่ใช่เพื่อการประณาม แต่เพื่อการฟื้นฟู เราจะสำรวจ:

วัน สามสิบสี่ – เมื่อไร คุณ ล้มเหลว หลังจาก การรู้ ดีกว่า

ยังไง เอ การดำรงชีวิต จดหมาย ตอบกลับ หลังจาก เอ สะดุด.

วัน สามสิบ สี่

เมื่อคุณล้มเหลวทั้งๆ ที่รู้ ดีกว่านี้ แล้ว

A สถานการณ์ ถึง เข้า

มัน ทำให้คุณประหลาดใจ—ไม่ใช่ เพราะว่า เกิดขึ้นแล้ว แต่ เพราะ **คุณ รู้ ดีกว่า** .

คุณ มี โตแล้ว คุณ มี

เรียนรู้แล้ว

คุณ มี แก้ไขแล้ว ไม่ ถึง กลับ ที่นั่น อีกครั้ง.

แต่ถึงกระนั้น คุณก็กำลังเผชิญกับช่วงเวลาที่คุณคิดว่าผ่านพ้นไปแล้ว ไม่มีการล่มสลายอย่างฉับพลันแต่อย่างใด

แค่ เอ เงียบ การรับรู้.

เอ คุ้นเคย ความผิดหวัง

และ เอ คำถาม การก่อตัว ข้างใต้ ที่ พื้นผิว:

"อะไร ทำ นี้ พูด เกี่ยวกับ ฉัน ตอนนี้?"

เดอะ เงียบ อันตราย

ความล้มเหลวหลังจากการเติบโตนั้นมีน้ำหนักอย่างยิ่ง

มันชักจูงให้คุณอยากหลบซ่อนมากกว่าที่จะสำนึกผิด

ถึง ถอน แทนที่จะ กลับ.

ถึง ดำเนินการ ความแข็งแกร่ง ค่อนข้าง กว่า ฝึกฝน ความซื่อสัตย์

แต่พระคัมภีร์ไม่เคยมองว่าการกลับใจเป็นการถอยหลัง แต่ เป็นการ **ก้าวต่อ**

ไป

เดอะ อันตราย เป็น ไม่ กำลังร่วงหล่น

เดอะ อันตราย เป็น แสร้งทำ คุณ ไม่ได้.

พระคัมภีร์ เช่น พยาน

"ถ้า เรา สารภาพ ของเรา บาป เขา เป็น ซื่อสัตย์ และ แค่ ถึง ให้อภัย เรา."

— 1 จอห์น 1:9

“เอ ชอบธรรม ผู้ชาย อาจ ตก เจ็ด ครั้ง และ ลุกขึ้น อีกครั้ง."

— สุภาษิต 24:16

"สร้าง ใน ฉัน เอ ทำความสะอาด หัวใจ, โอ พระเจ้า."

— บทเพลงสดุดี 51:10

เอ อ่อนโยน คำแนะนำ

ถ้าวันนี้คุณลอง **สำนึกผิดอย่างเปิดเผยล่ะ** ? ไม่ใช่แบบนั้น การประณามตนเอง

ไม่ การแก้ตัว

ไม่ใช่ภาษาทางจิตวิญญาณที่ใช้ปกปิดความไม่สบายใจ แค่ ...

ความซื่อสัตย์

ชื่อ อะไร เกิดขึ้นแล้ว นำมา มัน

เข้าไปข้างใน ที่ แสงสว่าง.

จงปล่อยให้ความเมตตาช่วยฟื้นฟูความซื่อสัตย์ ไม่ใช่ลบล้างความรับผิดชอบ

การเติบโตไม่ได้พิสูจน์ด้วยความสมบูรณ์แบบ

มัน เป็น พิสูจน์แล้ว โดย **ยังไง อย่างรวดเร็ว เรา กลับมา**

... คำถามที่ควรไตร่ตรอง

เมื่อไร คุณ ล้มเหลว, ทำ คุณ เคลื่อนไหว **ไปทาง พระเจ้า**

-หรือ อย่างเงียบๆ ดึง ห่างออกไป?

อนุญาต ที่ คำถาม อ่าน ของคุณ สัญชาตญาณ.

เอ เรียบง่าย การกระทำ

วันนี้, พูด สุจริต ถึง พระเจ้า เกี่ยวกับ หนึ่ง ความล้มเหลว. ไม่. คำอธิบาย

เลขที่ การเปรียบเทียบ ไม่มี

ล่าช้า.

แล้ว เอา หนึ่ง เล็ก ขั้นตอน ถึง ปรับแนวใหม่—

ไม่ ถึง พิสูจน์ อะไรก็ตาม, แต่ ถึง กลับ อย่างเต็มที่

เอ การอธิษฐาน (อย่างเงียบๆ) (พูด)

พ่อ,

ข้าพเจ้านำความล้มเหลวของข้าพเจ้ามาบอกท่านโดยไม่ปิด

บัง ขอบคุณ คุณ ที่ พระคุณ นิ่ง พบ ฉัน ที่นี่ กู้คืน ของฉัน

ความซื่อสัตย์ และ ต่ออายุ ของฉัน หัวใจ.

ฉันเลือกการสำนึกผิดมากกว่าการถอยหนี

อาเมน

เอ อ่อนนุ่ม คำประกาศ

ฉัน ทำ ไม่ ซ่อน หลังจาก ความล้มเหลว.

พระคุณทรงฟื้นฟูข้าพเจ้า

และสัจธรรมทรงปรับแนวข้าพเจ้าใหม่

ข้าพเจ้าจึงลุกขึ้นยืนอีกครั้งและดำเนินต่อไปด้วยความซื่อสัตย์

มอง ข้างหน้า ถึง วัน สามสิบ ห้า

พรุ่งนี้, ที่ เลนส์ กะ ภายนอก อีกครั้งหนึ่ง นี่ เวลา, ที่ ผู้อ่าน เป็น ไม่ แม้จะลำบาก แต่พวกเขาก็ได้ **รับความไว้** วางใจ

เรา จะ สำรวจ:

วัน สามสิบห้า – เมื่อไร คุณ มี อำนาจ

ยังไง เอ การดำรงชีวิต จดหมาย แบกรับ อิทธิพล ปราศจาก การใช้ในทางที่ผิด มัน.

วัน สามสิบห้า เมื่อคุณมีอำนาจ

A

สถานการณ์ ถึง เข้า

คุณ สังเกต มัน ช้า.

ประชากร หยุดชั่วคราว เมื่อไร คุณ พูดออกมา

พวกเขาถามความคิดเห็นของคุณ

พวกเขา ปรับ ของพวกเขา การตัดสินใจ ซึ่งเป็นรากฐาน บน ของคุณ คำ.

คุณ ทำ ไม่ ถาม สำหรับ นี้ พื้นที่—แต่ คุณ ตอนนี้ ครอบครอง

อำนาจได้มาถึงอย่างเงียบๆ แล้ว

ไม่ กับ เอ ชื่อ.

ไม่ กับ หนึ่ง การประกาศ

แต่ด้วยอิทธิพล

และคำถามก็ไม่ใช่ว่าคุณเป็นผู้นำหรือไม่— แต่ **ยังไง** .

เดอะ เงียบ ทดสอบ

อำนาจเป็นสิ่งที่เปิดเผยให้เห็นถึงสิ่งที่การอบรมสั่งสอนได้สร้างขึ้

นมา มันไม่ได้สร้างลักษณะนิสัยขึ้นมาเอง

มัน เปิดเผย มัน.

อำนาจ สามารถ เป็น ใช้แล้ว ถึง เสิร์ฟ—หรือ ถึง ปลอดภัย

เพื่อปกป้อง หรือเพื่อกดดัน

ถึง คู่มือ—หรือ ถึง ควบคุม.

พระคัมภีร์กล่าวถึงอำนาจในฐานะการดูแลรักษา ไม่ใช่สิทธิโดยชอบธรรม

สิ่งที่คุณทำกับอำนาจนั้นคืออะไร อิทธิพล รูปทรง ไม่ เท่านั้น ผลลัพธ์ แต่ **ประชากร** .

พระคัมภีร์ เช่น พยาน

"ใครก็ตาม" ความปรารถนา ถึง กลายเป็น ยอดเยี่ยม ท่ามกลาง คุณ, อนุญาต เขา เป็น ของคุณ คนรับใช้"

— แมทธิว 20:26

"ไม่ การปกครองแบบเจ้าเหนือหัว มัน เกิน เหล่านั้น ได้รับความไว้วางใจ ถึง คุณ, แต่ สิ่งมีชีวิต ตัวอย่างเช่น”
— 1 เปโตร 5:3

"ถึง ใคร มาก เป็น ที่ให้ไว้, มาก จะ เป็น ที่จำเป็น."

— ลุค 12:48

เอ อ่อนโยน คำแนะนำ

จะเป็นอย่างไรหากวันนี้คุณลองใช้ภาวะ **ผู้นำแบบรู้จักยับยั้งชั่งใจดูบ้าง ?**

ไม่ใช่การแสดงความคิดเห็นทุกอย่างออกมาตรงๆ

ไม่ การแก้ไข ทั้งหมด ข้อผิดพลาด.

ไม่ใช้อิทธิพลเพื่อปกป้องความสะดวกสบาย ฟัง นานกว่า

พูด อย่างระมัดระวัง.

จงกระทำด้วยความตระหนักว่าคำพูดของคุณมีน้ำหนัก

การใช้อำนาจอย่างมีสติจะปลอดภัยที่สุด

เอ คำถาม ถึง นั่ง กับ

ทำ ของคุณ อิทธิพล ทำ ประชากร **มากกว่า ฟรี**

-หรือ มากกว่า ระมัดระวัง รอบๆ คุณ?

อนุญาต ที่ คำถาม เปิดเผย โทนเสียง ไม่ เจตนา

เอ เรียบง่าย การกระทำ

วันนี้, ใช้ อำนาจ ถึง **ปกป้อง** , ไม่ ถึง ประทับใจ.

- เชิญ อื่น เสียง เข้าไปข้างใน การ ตัดสินใจ
- ช้า ลง เอ การตอบสนอง ที่ สามารถ เอาชนะ
- เลือก การดูแล เกิน ควบคุม

อนุญาต ประชากร รู้สึก ปลอดภัย ภายใต้ ของคุณ อิทธิพล.

เอ การอธิษฐาน (อย่างเงียบๆ) (พูด)

พ่อ,

คุณ ดู ที่ อิทธิพล คุณ มี ได้รับความไว้วางใจ ถึง จง

ปกป้องหัวใจของฉันจากความเย่อหยิ่งและการใช้ประโยชน์ในทางที่ผิด

สอน ฉัน ถึง ตะกั่ว กับ ความอ่อนน้อมถ่อมตน และ

ความห่วงใย

ขอให้อำนาจของข้าพเจ้าสะท้อนถึงพระทัยของพระองค์

อาเมน

เอ อ่อนนุ่ม คำประกาศ

ฉันใช้อิทธิพลด้วยความอ่อนน้อมถ่อมตน

อำนาจของฉันรับใช้ ไม่ใช่ควบคุม

พระเจ้า รูปทรง คนอื่น ผ่าน ของฉัน ความซื่อสัตย์

มอง ข้างหน้า ถึง วัน สามสิบ หก

พรุ่งนี้, ที่ ทดสอบ กลายเป็น มากกว่า เนียน. ไม่เนียน . อำนาจ-

แต่ **ประสิทธิภาพ**

เราจะสำรวจสิ่งต่อไปนี้ :

วัน สามสิบหก – เมื่อไร คุณ เป็น ล่อใจ ถึง ดำเนินการ

ยังไง เอ การดำรงชีวิต จดหมาย ซาก จริงใจ เมื่อไร การมองเห็น เพิ่มขึ้น

วัน สามสิบ หก

เมื่อไร คุณ เป็น ถูกล่อลวง เพื่อ ดำเนินการ

A สถานการณ์ ถึง เข้า

คุณ สังเกต เอ กะ.

คุณ เป็น มากกว่า รับรู้ ของ ยังไง คุณ เสียง.

ใส่ใจกับรูปลักษณ์ของคุณมากขึ้น

ระมัดระวังมากขึ้นเกี่ยวกับสิ่งที่คนอื่นคาดหวังจากคุณ ไม่มีอะไร เป็น

เท็จ—แต่ บางสิ่งบางอย่าง รู้สึก **จัดการเรียบร้อย** แล้ว

คุณยังคงทำในสิ่งที่ถูกต้องอยู่

นิ่ง พูดว่า ที่ ขวา คำพูดเหล่านั้น

ยังคงปรากฏให้เห็นอยู่

ยัง ข้างใต้ มัน ทั้งหมด, ที่นั่น เป็น ความกดดัน

ไม่ยอมเชื่อฟัง—

แต่ ถึง **บำรุงรักษา .**

เดอะ เงียบ อันตราย

ผลงาน บ่อยครั้ง การปลอมตัว ตัวมันเอง เช่น ความซื่อสัตย์

ดูเหมือนจะเป็นวินัย

มัน เสียง ชอบ ความทุ่มเท

มันให้ความรู้สึกรับผิดชอบ

แต่ ผลงาน ช้า แทนที่ การอยู่กับปัจจุบัน

คุณจะหยุดถามตัวเองว่า

"ฉันกำลังเป็นตัวของตัวเองอยู่หรือเปล่า?"

และ เริ่ม ถามว่า *"ยังไง เช้า ฉัน สิ่งมีชีวิต รับรู้แล้วหรือ?"*

พระคัมภีร์ ไม่เคย การโทร เรา ถึง

สร้างความประทับใจ มันเรียกร้องให้เรา **ปฏิบัติ**

ตาม

พระคัมภีร์ เช่น พยาน

"นี้ ประชากร เกียรติยศ ฉัน กับ ของพวกเขา ริมฝีปาก แต่ ของพวกเขา หัวใจ เป็น ไกล จาก ฉัน."

— แมทธิว 15:8

"อะไรก็ตาม คุณ ทำ, ทำ มัน ด้วยความเต็มใจ เช่น ถึง ที่ พระเจ้า”

— โคโลสเซียน 3:23

"ผู้ชาย ดูเหมือน ที่ ที่ ภายนอก รูปร่าง, แต่ ที่ ท่านลอร์ด ดูเหมือน ที่ ที่ หัวใจ."

— 1 ซามูเอล 16:7

เอ อ่อนโยน คำแนะนำ

จะเป็นอย่างไรหากวันนี้คุณลองฝึกฝน **ความจริงใจแบบซ่อนเร้นดูบ้าง**

? ทำสิ่งใดสิ่งหนึ่งที่แสดงถึงความซื่อสัตย์โดยที่ไม่มีใครเห็น

พูดตามตรงในกรณีที่การแสดงจะง่ายขึ้น ปล่อยให้ ไป ของ ที่ ความดัน ถึง

ปรากฏ สม่ำเสมอ-

และ เลือก ถึง **เป็น** สม่ำเสมอ.

พระเจ้า เป็น ไม่ ประทับใจ โดย รูปลักษณ์ภายนอก

เขาพอใจในความจริง

เอ คำถาม ถึง นั่ง กับ

ถ้า เลขที่ หนึ่ง คือ การรับชม,

การเชื่อฟังของคุณจะเหมือนเดิมหรือไม่?

ปล่อยให้คำถามนี้ค้นหาคำตอบอย่างเงียบๆ

เอ เรียบง่าย การกระทำ

วันนี้, ปล่อย หนึ่ง ขับเคลื่อนด้วยประสิทธิภาพ นิสัย.

- อธิษฐาน ปราศจาก ขัด
- ให้บริการ ปราศจาก สิ่งมีชีวิต เห็น
- เชื่อฟัง ปราศจาก การส่งสัญญาณ มัน

อนุญาต ความจริงใจ หายใจ อีกครั้ง.

เอ การอธิษฐาน (อย่างเงียบๆ) (พูด)

พ่อ,

ฟรี ฉัน จาก ที่ ความต้องการ ถึง ดำเนินการ.

จงดึงหัวใจของฉันกลับคืนสู่ความซื่อสัตย์ที่เรียบง่าย

ขอให้เป็นเช่นนั้น ของฉัน การเชื่อฟัง ไหล จาก รัก, ไม่ ความกดดัน

ฉัน เลือก ความจริงใจ ก่อน คุณ.

อาเมน

เอ อ่อนนุ่ม คำประกาศ

ฉัน ทำ ไม่ ดำเนินการ สำหรับ การอนุมัติ.

ของฉัน การเชื่อฟัง การไหล จาก ความจริง และ ความรัก

พระเจ้าทรงมองเห็นหัวใจของฉัน และนั่นก็เพียงพอแล้ว

มอง ข้างหน้า ถึง วัน สามสิบ เจ็ด

พรุ่งนี้ ความตึงเครียดจะเปลี่ยนไปสู่ภายนอกอีกครั้ง

มันจะไม่เกี่ยวกับสิ่งที่คุณทำอีกต่อไปแล้ว—

แต่ อะไร คุณ **ทำ ไม่**

เราจะสำรวจสิ่งต่อ **ไปนี้ :**

วัน สามสิบเจ็ด – เมื่อไร ความเงียบ เป็น ง่ายขึ้น กว่า พยาน

ยังไง เอ การดำรงชีวิต จดหมาย ตอบกลับ เมื่อไร ความกล้าหาญ จำเป็น ต้อง มี

วัน สามสิบ เจ็ด

เมื่อไร ความเงียบ เป็น ง่ายขึ้น มากกว่า พยาน

A **สถานการณ์ ถึง เข้า**

เดอะ ช่วงเวลา ผ่าน อย่างรวดเร็ว.

เอ ความคิดเห็น ถูก สร้างขึ้น

หนึ่ง สมมติฐาน ไม่มีใคร โต้แย้ง

โอกาสอันเงียบงันเปิดขึ้น—และปิดลง คุณรู้สึกได้ใช่ไหม

ที่ ภายใน คุน.

ที่ รวบรัด การรับรู้: *ฉัน สามารถ พูด ที่นี่.*

แต่ คุณ ไม่ได้.

ไม่ใช่เพราะคุณปฏิเสธความจริง

แต่เพราะการเงียบไว้จะง่ายกว่า

เดอะ เงียบ ความเครียด

ความเงียบนั้นไม่ค่อยเป็นกลางเสมอ

อไป บางครั้ง มัน เป็น ปัญญา

บางครั้ง มัน เป็น การยับยั้งชั่งใจ

แต่ บางครั้ง, มัน เป็น กลัว ปลอมตัว เช่น สันติสุข

พระคัมภีร์ไม่เคยเรียกร้องให้เราพูดอยู่ตลอดเวลา—

แต่สิ่งนี้เรียกร้องให้เราซื่อสัตย์เมื่อความจริงต้องการเสียง เรียกร้อง

อันตรายไม่ได้อยู่ที่การต่อต้านอย่างเสียงดัง

มัน เป็น เงียบ การละเว้น

พระคัมภีร์ เช่น พยาน

“ใครก็ตาม” ปฏิเสธ ฉัน ก่อน ผู้ชาย เขา ฉัน จะ อีกด้วย ปฏิเสธ ก่อน ของฉัน พ่อ."

— แมทธิว 10:33

"อนุญาต ของคุณ แสงสว่าง ดังนั้น ส่องแสง ก่อน ผู้ชาย"

— แมทธิว 5:16

“หากท่านนิ่งเงียบในเวลานี้ ความช่วยเหลือและการปลดปล่อยจะมาจากที่อื่น” สถานที่."

— เอสเธอร์ 4:14

เอ อ่อนโยน คำแนะนำ

อะไร ถ้า วันนี้ คุณ ฝึกฝน **กล้าหาญ ความอ่อนโยน** ? ไม่ใช่ การโต้แย้ง.

ไม่ การเผชิญหน้า ไม่ใช่

ผลงาน.

ความจริงล้วนๆ—ที่พูดอย่างใจเย็น สุภาพ และชัดเจนเมื่อจำเป็น คุณ เป็น ไม่ รับผิดชอบ

สำหรับ ยังไง ความจริง เป็น ได้รับ.

คุณ เป็น รับผิดชอบ สำหรับ ไม่ว่า มัน เป็น ถูกระงับไว้

เอ คำถาม ถึง นั่ง กับ

เมื่อไร คุณ อยู่ เงียบ,

เป็น มัน เพราะ ภูมิปัญญา การโทร สำหรับ

เพราะเหตุนั้น หรือเพราะความกลัวกันแน่?

อนุญาต ที่ คำถาม แยก ที่ สอง.

เอ เรียบง่าย การกระทำ

วันนี้ จงพูดสักครั้งในที่ที่คุณมักจะเงียบอยู่เสมอ ไม่ใช่ เสียงดัง.

ไม่ ในเชิงป้องกัน

แค่นั้นแหละ

ด้วยความจริงใจ เอ

ประโยค.

เอ คำถาม.

เอ เงียบ ความชัดเจน

อนุญาต ของคุณ ชีวิต เป็น อ่าน **ออกเสียงดัง** ๆ

เอ การอธิษฐาน (อย่างเงียบๆ) (พูด)

พ่อ,

โปรดประทานปัญญาให้ข้าพเจ้าสามารถแยกแยะได้ว่าเมื่อใดที่ความเงียบคือปัญญา

และเมื่อใดที่ความเงียบคือการหลีกเลี่ยง

เสริมความแข็งแกร่ง ฉัน ถึง พูด ความจริง กับ ความอ่อนน้อมถ่อมตน และ

ความกล้าหาญ ฉัน เลือก ความซื่อสัตย์ เกิน ปลอบโยน.

อาเมน

เอ อ่อนนุ่ม คำประกาศ

ฉัน ทำ ไม่ ซ่อน ของฉัน ศรัทธา ใน ความเงียบ.

ฉันพูดเมื่อความจริงต้องการเสียง ของพระเจ้า ให้ ฉัน

ความกล้าหาญ กับ ความอ่อนโยน

มอง ข้างหน้า ถึง วัน สามสิบ แปด

พรุ่งนี้, ที่ ทดสอบ เป็น ไม่ ความกล้าหาญ— คือ

ความ อดทน

เรา จะ สำรวจ:

วัน สามสิบแปด – เมื่อไร คุณ เป็น เหนื่อย ของ สิ่งมีชีวิต สม่ำเสมอ

ยังไง เอ การดำรงชีวิต จดหมาย ซาก ซื่อสัตย์ เมื่อไร ความเหนื่อยล้า ชุด ใน.

วัน สามสิบ แปด

เมื่อไร คุณ เป็น เหนื่อย ของ ความ สม่ำเสมอ

สถานการณ์ ถึง เช้า

A ไม่มีอะไร เป็น ผิด.

ที่นั่น เป็น เลขที่ วิกฤต.

ไม่ใช่. ขัดแย้ง.

เลขที่ น่าทึ่ง ความล้มเหลว

แค่นั้นแหละ การทำซ้ำ

ตัว เลือกเหมือนเดิม เดียวกัน

สาขาวิชาต่างๆ

เดอะ เดียวกัน ความซื่อสัตย์—วัน หลังจาก วัน.

คุณไม่ท้อแท้.

คุณ เป็น **เหนื่อย** .

และ ที่ไหนสักแห่ง ข้างใต้ ที่ ความเหนื่อยล้า เอ คิด แบบฟอร์ม:

ทำ นี้ นิ่ง วัตถุ?

เดอะ เงียบ ความเหนื่อยล้า

ความสม่ำเสมอไม่ค่อยทำให้รู้สึกว่าน่ายกย่อง

มัก ทำให้รู้สึกว่าไม่มีใครสังเกตเห็น

ไม่ได้รับการยกย่อง

ธรรมดา ไม่โดดเด่น

พระคัมภีร์ ไม่เคย สรรเสริญ ความตื่นเต้น—มัน เกียรติยศ ความอดทน ความซื่อสัตย์ เหนือสิ่งอื่นใด เวลา รูปทรง อักขระ มากกว่า อย่างลึกซึ้ง กว่า ช่วงเวลา ของ ความเข้มข้น เคย สามารถ.

เดอะ อันตราย เป็น ไม่ การหยุด อย่างชัดเจน

มัน เป็น **การลอยตัว** —การคลาย ตัว มาตรฐาน เพราะ ความเหนื่อยล้า เสียงกระซิบ การอนุญาต.

พระคัมภีร์ เช่น พยาน

"อนุญาต เรา ไม่ เติบโต เหนื่อย ในขณะที่ ทำ ดี."

— ชาวกาลาเทีย 6:9

"เขา WHO ยั่งยืน ถึง ที่ จบ จะ เป็น รอดแล้ว"

— แมทธิว 24:13

"เป็น แน่วแน่, ไม่สามารถเคลื่อนย้ายได้ เสมอ มากมาย ใน ที่ งาน ของ ที่ พระเจ้า"

— 1 ชาวโครินธ์ 15:58

เอ อ่อนโยน คำแนะนำ

จะเป็นอย่างไรหากวันนี้คุณให้เกียรติความซื่อสัตย์ **โดยที่ไม่รู้สึกอะไรเลย** ?

อย่าไปมองหาแรงจูงใจ

อย่ารอต่ออายุ แค่ ... ยังคง.

ความสม่ำเสมอไม่ได้เกิดจากอารมณ์ แต่เกิดจากความเชื่อมั่น

เอ คำถาม ถึง นั่ง กับ

คุณรู้สึกอยากละเลยการเชื่อฟัง

ไม่ใช่เพราะว่ามันผิดหรือ—

แต่ เพราะ คุณ เป็น เหนื่อย?

อนุญาต ที่ คำถาม ชื่อ อะไร คุณ รู้สึก.

เอ เรียบง่าย การกระทำ

วันนี้, ทำซ้ำ หนึ่ง ซื่อสัตย์ ฝึกฝน **บน จุด ประสงค์** ไม่ใช่ โดยอัตโนมัติ

ไม่ ด้วยความไม่พอใจ

แต่ อย่างมีสติ

อนุญาต ของคุณ ความสม่ำเสมอ กลายเป็น หนึ่ง กระทำ ของ สักการะ.

เอ การอธิษฐาน (อย่างเงียบๆ) (พูด)

พ่อ,

คุณ ดู ที่ ความเหนื่อยล้า ฉัน พก.

เสริมความแข็งแกร่ง ฉัน ถึง ยังคง ซื่อสัตย์ เมื่อไร พลังงาน เป็น ต่ำต้อยลง

ฟื้นฟูความอดทนของฉัน—ไม่ใช่ด้วยความตื่นเต้น แต่ด้วยความสง่างาม

ฉันเลือกที่จะอยู่ต่อ

อาเมน

เอ อ่อนนุ่ม คำประกาศ

ฉัน ยังคง ซื่อสัตย์ สม่ำเสมอ เมื่อไร ฉัน เช้า เหนื่อย.

พระเจ้า พระคุณ รักษาไว้ ของฉัน ความสม่ำเสมอ

การเชื่อฟังของฉันยังคงมีความสำคัญ

มอง ข้างหน้า ถึง วัน สามสิบ เก้า

พรุ่งนี้, ที่ จุดสนใจ กว้างขึ้น

ของคุณ ชีวิต เป็น สิ่งมีชีวิต อ่าน—ไม่ใช่ อย่างไม่เป็นทางการ แต่

อย่างใกล้ชิด เรา จะสำรวจสิ่งต่อไปนี้:

วัน สามสิบเก้า – เมื่อไร ของคุณ ชีวิต เป็น อ่าน อย่างใกล้ชิด

ยังไง การจัดเรียง พูด ดังขึ้น กว่า เจตนา.

วัน สามสิบ เก้า

เมื่อไร ของคุณ ชีวิต เป็น อ่าน อย่างใกล้ชิด

A **สถานการณ์ ถึง เช้า**

คุณ สังเกต มัน ปราศจาก สิ่งมีชีวิต บอก.

บางคน นาฬิกา ยังไง คุณ ตอบกลับ.

ไม่ อะไร คุณ พูด—แต่ อะไร คุณ ทำ ต่อไป

ไม่ใช่ความเชื่อมั่นของคุณ แต่เป็นความสม่ำเสมอของคุณ

พวกเขาไม่ถามคำถาม

พวกเขา ทำ ไม่ ท้าทาย คุณ

พวกเขาเพียงแค่เฝ้ามอง

ชีวิตของคุณกำลังถูกอ่านอยู่—

อย่างช้าๆ อย่างระมัดระวัง

และอย่างเงียบๆ เดอะ

สติสัมปชัญญะครบถ้วน ความเป็นจริง

ไม่ ทั้งหมด ผู้อ่าน ประกาศ พวกเขาเอง

บางคนอ่านในความเงียบ

บาง อ่าน เกิน เวลา.

บาง อ่าน ไม่ สำหรับ แรงบันดาลใจ, แต่ สำหรับ การ **ตรวจสอบยืนยัน**

พระคัมภีร์ สอน ที่ ศรัทธา เป็น ในท้ายที่สุด ตรวจสอบแล้ว—ไม่ใช่ โดย เจตนา, แต่ โดย ผลไม้. เมื่อไร ชีวิต เป็น อ่าน อย่างใกล้ชิด การจัดเรียง เรื่องต่างๆ มากกว่า กว่า คำอธิบาย.

ความสม่ำเสมอสร้างความน่าเชื่อถือ

ความซื่อสัตย์สุจริตนำไปสู่ความชัดเจน

พระคัมภีร์ เช่น พยาน

"คุณ จะ ทราบ พวกเขา โดย ผลไม้ ของพวกเขา ”

— แมทธิว 7:16

"อนุญาต ของคุณ จัดการ เป็น คุ้มค่า ของ ที่ พระกิตติคุณ ของ พระคริสต์”

— ชาวฟิลิปปี 1:27

"จัดเตรียม สิ่งของ ซื่อสัตย์ ใน ที่ ภาพ ของ ทั้งหมด ผู้ชาย”

— ชาวโรมัน 12:17

เอ อ่อนโยน คำแนะนำ

ถ้าวันนี้คุณลองฝึก **การจัดระเบียบร่างกายอย่างสงบ ล่ะ** ? ไม่ใช่

ประกาศต่างๆ

เลขที่ การปรับแต่ง สำหรับ รูปลักษณ์ภายนอก

ไม่ใช่การเชื่อฟังแบบเลือกปฏิบัติ

แค่ สด ที่ เดียวกัน ทาง—

ไม่ว่าจะเป็น รับชม หรือ ไม่.

การปรับตัวให้สอดคล้องไม่จำเป็นต้องใช้ความพยาย

าม แต่ ต้องใช้ **ความ** ซื่อสัตย์

เอ คำถาม ถึง นั่ง กับ

ถ้า บางคน ตามมา ของคุณ ชีวิต อย่างใกล้ชิด สำหรับ หนึ่ง สัปดาห์นั้น

พวกเขาจะเข้าใจพระกิตติคุณฉบับไหน?

ทำ ไม่ คำตอบ อย่างรวดเร็ว

ปล่อยให้ ที่ คำถาม ยังคงอยู่. **เอ**

เรียบง่าย การกระทำ

วันนี้, ลบ หนึ่ง ความไม่สอดคล้องกัน ไม่ใช่

ต่อสาธารณะ

ไม่ อย่างมาก แต่

โดยเจตนา

อนุญาต การเชื่อฟัง กลายเป็น ไร้รอยต่อ

เอ การอธิษฐาน (อย่างเงียบๆ) (พูด)

พ่อ,

ขอให้ชีวิตของข้าพเจ้าสอดคล้องกับความจริงที่ข้าพเจ้าปร

ะกาศ และ

ขอให้การกระทำของข้าพเจ้าแสดงให้เห็นถึงพระคริสต์อย่างชั

ดเจน

ขจัดข้อขัดแย้งที่ทำให้พยานสับสน ข้าพเจ้า

เลือกความซื่อสัตย์สุจริตเหนือพระองค์

อาเมน

เอ อ่อนนุ่ม คำประกาศ

ของฉัน ชีวิต สะท้อนให้เห็น ที่ พระกิตติคุณ ฉัน

เชื่อมั่น ฉันดำเนินชีวิตอย่างสอดคล้องและซื่อตรง

พระคริสต์ เป็น ชัดเจน เห็น ผ่าน ของฉัน การเชื่อฟัง

มอง ข้างหน้า ถึง วัน สี่สิบ

พรุ่งนี้ เป็น ไม่ เอ บทเรียน มันคือ การ

ส่ง

คุณ จะ ไม่ เป็น ถาม ถึง เรียนรู้ มากกว่า-

คุณ จะ เป็น ถาม ถึง สด โดย เจตนา วัน สี่สิบ – ตอนนี้

ไป, และ เป็น อ่าน

วัน สี่สิบ

ตอนนี้ ไป — และ เป็น อ่าน

A สุดท้าย ฉาก ถึง เข้า

คุณ มี ถึง ที่ จบ ของ ที่ หน้าต่างๆ

ที่นั่น เป็น เลขที่ เสียงปรบมือ

เลขที่ บทสรุป ห่อ เรียบร้อยดี ทันใดนั้นเอง

ความรู้สึกสงบที่รับรู้ว่าไม่จำเป็นต้องเรียนรู้อะไรเพิ่มเติมอีกแล้ว— เพียงเท่านั้น **มีชีวิต**

อยู่

คุณ เป็น เลขที่ นานกว่า เท่านั้น เอ ผู้อ่าน คุณ เป็น

ตอนนี้ ที่ ภาคต่อ **ความจริงสุดท้าย**

พระคัมภีร์ เคยเป็น ไม่เคย หมายถึง ถึง จบ บน กระดาษ. มัน.

เคยเป็น หมายถึง ถึง เป็น เป็น **รูปธรรม**

สิ่งที่คุณได้รับตลอดหลายวันที่ผ่านมาไม่ใช่เพียงแค่ข้อมูลเท่านั้น แต่ยัง เป็นการอบรมสั่งสอนด้วย

การจัดแนว

การเชิญ.

ตอนนี้, ของคุณ ชีวิต กลายเป็น ที่ ข้อความ.

อ่านโดยคนในครอบครัว.

อ่าน โดย คนแปลกหน้า

อ่าน โดย เหล่านั้น WHO ไม่เคย เปิด เอ

พระคัมภีร์ไบเบิล พระเจ้าทรงอ่านด้วยพระองค์เอง

พระคัมภีร์ เช่น สุดท้าย พยาน

"คุณ เป็น ของเรา จดหมาย... เป็นที่รู้จัก และ อ่าน โดย ผู้ชาย ทุก คน"

— 2 ชาวโครินธ์ 3:2–3

"โดย ของพวกเขา ผลไม้ คุณ จะ ทราบ พวกเขา."

— แมทธิว 7:16

"เช่น ที่ พ่อ มี ส่งแล้ว ฉัน, ฉัน อีกด้วย ส่ง คุณ."

— จอห์น 20:21

เอ พันธสัญญา ถึง ทำ (อ่าน ช้า)

วันนี้, คุณ เป็น ไม่ ถาม ถึง สัญญา ความสมบูรณ์แบบ คุณ เป็น ถาม ถึง สัญญา ความ **ซื่อสัตย์**

เพื่อใช้ชีวิตอย่างซื่อสัตย์

เพื่อ กลับใจ อย่างรวดเร็ว

เชื่อฟังอย่างเงียบๆ

รักอย่างลึกซึ้ง

อดทนอย่างแน่วแน่ ไม่ใช่ ถึง

เป็น น่าประทับใจ— แต่เป็น

เรื่องจริง นะ

เอ ส่วนตัว ความมุ่งมั่น

(อ่าน ออกเสียงดัง ถ้า เป็นไปได้)

ฉัน ให้สัญญา ถึง การดำรงชีวิต เช่น เอ การดำรงชีวิต จดหมาย ของ พระคริสต์ ฉัน เลือก การเชื่อฟัง เกิน ความสะดวก.

ความจริงสำคัญกว่าผลงาน ความซื่อสัตย์ เกิน การอนุมัติ.

ฉัน จะ อนุญาต ของฉัน ชีวิต ถึง เป็น อ่าน อย่างชัดเจน ฉัน จะ เดิน ใน การจัดเรียง เมื่อไร เลขที่ หนึ่ง เห็น.

ฉัน จะ แทน พระคริสต์ กับ ความอ่อนน้อมถ่อมตน และ ความกล้าหาญ ชีวิตของฉันเป็นของพระเจ้า ของฉัน พยาน เป็นของ ถึง ที่ โลก. อาเมน.

เอ สุดท้าย คำประกาศ

ฉัน เช้า เขียนไว้ โดย ที่ วิญญาณ ของ ที่ การดำรงชีวิต พระเจ้า

ชีวิตของฉันสะท้อนให้เห็นถึงพระกิตติคุณของพระคริสต์

ฉันเป็นพยานที่ซื่อสัตย์ในยุคสมัยของฉัน ฉัน ไป ตอนนี้—ถึง สด อะไร ฉัน เชื่อ.

เอ การส่ง การอธิษฐาน

พ่อ,

เรา ปล่อย นี้ ผู้อ่าน เข้าไปข้างใน ที่ โลก เช่น ของคุณ การดำรงชีวิต จดหมาย

จงรักษาความซื่อสัตย์ของพวกเขาไว้

เสริมความแข็งแกร่ง ของพวกเขา การเชื่อฟัง

อนุญาต ของพวกเขา ชีวิต พูด ชัดเจน ที่ไหน คำ ล้มเหลว.

อาจ พระคริสต์ เป็น เห็น ผ่าน พวกเขาเหล่านั้น

ขอให้ผลเป็นพยานถึงความจริง

อาจ ของพวกเขา พยาน อดทน ส่ง

พวกเขา-

ไม่ ถึง ดำเนินการ,

แต่ ถึง สด ด้วยความภักดี ก่อน คุณ. อาเมน.

ตอนนี้ ไป

ปิด ที่ หนังสือ. เปิด.

ของคุณ ชีวิต

และจงอ่าน

บทสรุป

เดอะ หน้าหนังสือ จบ — เดอะ พยาน ยังคงให้การต่อไป

T ของเขา หนังสือ เคยเป็น ไม่เคย หมายถึง ถึง เป็น เสร็จสมบูรณ์และ ชุด นอกเหนือจากนั้น มัน เคยเป็น หมายถึง ถึง **เครื่องหมาย เอ** การ **หมุน**

สิ่งที่คุณได้สัมผัสมานั้นไม่ใช่เพียงแค่ลำดับพิธีกรรมทางศาสนา การไตร่ตรองทางประวัติศาสตร์ หรือการฝึกฝนทางจิตวิญญาณเท่านั้น แต่มันคือคำเชิญชวนให้เข้าสู่วิถีชีวิต ที่แตกต่างออกไป พระคัมภีร์ ตัวมันเอง ความต้องการ แต่ วัฒนธรรม บ่อยครั้ง หลีกเลี่ยง: เอ ชีวิต ที่ สามารถ เป็น **อ่าน** .

ศาสนาคริสต์ไม่ได้ถูกออกแบบมาให้จำกัดอยู่แค่ในหน้าหนังสือหรือแท่นเทศน์ หรือ ส่วนตัว การตัดสินลงโทษ จาก ที่ จุดเริ่มต้น, พระเจ้า เจตนา มี ชัดเจนแล้วว่า สัจธรรมของพระองค์จะถูกจารึกไว้ในหัวใจ แสดงออกผ่านชีวิต และตีความโดยโลกผ่านผลที่ปรากฏให้เห็น

นี้ เป็น ที่ น้ำหนัก ของ สิ่งมีชีวิต เอ การดำรงชีวิต จดหมาย.

เดอะ ชีวิต ของ ออกัสติน เตือน เรา ที่ การเปลี่ยนแปลง เป็น ไม่ การเชื่อฟังไม่ใช่ เรื่อง ง่าย และความซื่อสัตย์ก็ไม่ใช่เรื่องที่ไม่มีค่าใช้จ่าย
แต่พยานหลักฐานอันยั่งยืนของพระองค์ก็พิสูจน์สิ่งที่สำคัญไม่แพ้กัน นั่นคือ เมื่อชีวิตถูก สละ ถึง พระเจ้า ความเป็นผู้เขียน มัน กลายเป็น ชัดเจน ข้าม หลายศตวรรษ

พระวิญญาณองค์เดียวกันกับที่ทรงเขียนลงในหัวใจของออกัสติน บัดนี้ทรงเขียนลงในหัวใจของคุณ

แล้ว บทสรุป ของ นี้ หนังสือ ทำ ไม่ ถาม คุณ ถึง ชื่นชม ที่ ความจริง.

มัน ถาม คุณ ถึง **รวบรวม** มัน.

นับจากนี้เป็นต้นไป ชีวิตของคุณจะยังคงแสดงออกถึงตัวตนของคุณต่อไป ไม่ว่าจะเป็น โดยตั้งใจหรือไม่ก็ตาม มันจะปรากฏให้เห็นในการตัดสินใจส่วนตัว ในช่วงเวลาที่ไม่ทันระวัง ในความทุกข์และความอดทน ในอำนาจและความอ่อนน้อมถ่อมตน ในการสำนึกผิดและ ความเพียรพยายาม

คำถามที่ยังคงค้างคาอยู่ไม่ใช่ว่าชีวิตของคุณจะมีคนอ่านหรือ ไม่ แต่เป็น **ว่าอะไร** คือ

สิ่งที่จะถูกอ่าน **มัน จะ พูด** .

อาจ มัน พูด ความจริง ปราศจาก ความบิดเบี้ยว

ขอให้เกิดผลโดยไม่ต้องลงมือปฏิบัติ ขอให้เป็นเช่นนั้น มัน

สะท้อน พระคริสต์ ปราศจาก ประนีประนอม.

และเมื่อชีวิตของคุณถูกตรวจสอบ—โดยผู้คน โดยเวลา และในที่สุดโดยพระเจ้า—ขอให้ชัดเจนว่าคุณได้อนุญาตให้พระวิญญาณของพระเจ้าผู้ทรงพระชนม์อยู่ทรงบันทึกอย่างอิสระ ซื่อสัตย์ และครบถ้วน

เดอะ หนังสือ ปิด ที่นี่ พยาน ทำ

ไม่.

ไปเลย—และ สด อะไร คุณ เชื่อ.

เรียก ถึง การกระทำ

เอ ความร่วมมือ สำหรับ ที่ เก็บเกี่ยว

A เมื่อคุณปิดหนังสือเล่มนี้ เราขอเชิญชวนให้คุณเดินทางต่อไปอีกก้าวหนึ่ง—ไม่ใช่ เท่านั้น ใน ของคุณ เป็นเจ้าของ ชีวิต, แต่ เข้าไปข้างใน ที่ ชีวิต ของ นับไม่ถ้วน วิญญาณ
ข้าม ที่ ประเทศต่างๆ

ถ้า ที่ ข้อความ จาก พระเจ้า นกอินทรี กระทรวงต่างๆ (อัญมณี) มี แข็งแกร่งขึ้น ตื่นขึ้น หรือ จัดแนวใหม่ ของคุณ หัวใจ, เรา ด้วยความนอบน้อม ถาม คุณ ถึง อธิษฐาน พิจารณา **การเป็นพันธมิตร กับ เรา สำหรับ ที่ สาเก ของ ที่ เก็บเกี่ยว** . เดอะ โลก เป็น หิว สำหรับ ความจริง ความหวัง และเสียงอันอ่อนโยนแต่ชัดเจนของพระวิญญาณบริสุทธิ์ และด้วยกันเรา สามารถ สถานที่ เหล่านี้ ข้อความ ที่ไหน พวกเขา เป็น จำเป็น ที่สุด.

เรา เชื่อ สื่อ เป็น มากกว่า กว่า เทคโนโลยี—มัน เป็น เอ **จิตวิญญาณ สุทธิ** หล่อ เจาะลึก เข้าไปในประเทศ หมู่บ้าน เมือง และสถานที่ลับต่างๆ ผ่านทางภาพยนตร์ วิดีโอ วิทยุ และ สื่อดิจิทัล กระทรวง, อัญมณี เป็น การเข้าถึง ประชากร WHO อาจ ไม่เคย เข้า เอ คริสตจักร, แต่ของใคร หัวใจ เป็น กว้าง เปิด ถึง เผชิญ ที่ การดำรงชีวิต พระคริสต์

ของคุณ ความร่วมมือ ช่วย เรา:

1. ผลิต เต็มเปี่ยมด้วยพระวิญญาณ ฟิล์ม & วิดีโอ เนื้อหา

เรื่องราวและคำสอนที่เยียวยา สร้างแรงบันดาลใจ และเผยให้เห็นความรักของพระเยซูใน รูปแบบที่ชัดเจน เข้าใจง่าย และเปลี่ยนแปลงชีวิต

2. ออกอากาศ ที่ พระกิตติคุณ บน วิทยุ

นำพระวจนะของพระเจ้าไปสู่เรือนจำ โรงพยาบาล ชุมชนชนบท และสถานที่ ห่างไกล เกิน อินเทอร์เน็ต เข้าถึง—ที่ไหน หวัง เป็น ขาดแคลน และ ความจริง เป็น ล้ำค่า.

3. ขยาย ของเรา ทางสังคม สื่อ การสอน & การเป็นศิษย์ แคมเปญ

บทภาวนา คำอธิษฐาน และคำสอนประจำวันที่เสริมสร้างความเข้มแข็งให้แก่ผู้เชื่อ ฟื้นฟู ครอบครัว และเตรียมความพร้อมให้แก่ผู้ติดตามทั่วโลก

ทำไม ของคุณ สนับสนุน เรื่องต่างๆ

ทั้งหมด ข้อความ ปล่อยแล้ว กลายเป็น เอ เมล็ดพันธุ์ ของ แสงสว่าง.

ทั้งหมด การสอน กลายเป็น เอ ระลอกคลื่น ของ การเปลี่ยนแปลง

ทั้งหมด กระทำ ของ ความเอื้อเฟื้อเผื่อแผ่ กลายเป็น ส่วนหนึ่ง ของ พระเจ้า ทั่วโลก เก็บเกี่ยว.

ของคุณ การให้ ช่วย นี้ กระทรวง เข้าถึง วิญญาณ เรา อาจ ไม่เคย พบปะ บน โลก, แต่ จะ แน่นอน พบปะ ใน นิรันดร์ ที่นั่น เป็น เลขที่ ที่ตายตัว จำนวน—ให้ เท่านั้น เช่น ที่ พระเจ้าทรงนำทาง คุณ. ทั้งหมด ของขวัญ, ใหญ่ หรือ เล็ก, เล่น เอ ส่วนหนึ่ง ใน ก้าวหน้า ที่ ราชอาณาจักร

ถึง พันธมิตร หรือ ให้:

PayPal :

https://www.paypal.com/ncp/payment/D6NEFW56KG8LU

Tithe.ly:

https://tithe.ly/give?c=308311

ฟลัตเตอร์เวฟ – https://flutterwave.com/donate/bbkpkokehxlw

ทั้งหมด การให้ ช่องทางต่างๆ:

https://www.otakada.org/partnership-giving

ขอบคุณที่อยู่เคียงข้างเรา

ขอบคุณ คุณ สำหรับ การหว่านเมล็ด เข้าไปข้างใน ที่ เก็บเกี่ยว.

ขอบคุณ คุณ สำหรับ การช่วยเหลือ เรา นำมา ที่ ข้อความ ของ พระคริสต์ ถึง ที่ ประเทศต่างๆ

ขอพระเจ้าทรงอวยพรท่านอย่างมากมาย ทรงเพิ่มพูนความเจริญรุ่งเรือง และทรงทวีคูณเมล็ดพันธุ์ทุกอย่างที่ท่านหว่านเพื่อพระสิริของพระองค์

ใน พระเยซู ทรงพลัง ชื่อ, อาเมน

—เอกอัครราชทูต วันจันทร์ โอ. โอกเบ, ซาคาเรียส ก็อดสอีเกิล; ปลอบโยน ลาดี โอกเบ

ผู้ก่อตั้ง God's Eagle Ministries (GEM) www.otakada.org

1

1. http://www.otakada.org

ยังไง ถึง เป็น เกิด อีกครั้ง และ เริ่ม เอ ใหม่ ชีวิต กับพระคริสต์

M อายเบ คุณมี เดิน กับ พระเยซู ก่อน, หรือ อาจจะ คุณมี แค่ พบกัน พระองค์ผ่านทาง เหล่านี้ 40 วัน แต่ ขวา ตอนนี้, บางสิ่งบางอย่าง ข้างใน คุณ เป็น คนให้เข้ากัน

คุณคือ พร้อม สำหรับ มากกว่า กว่า ศาสนา คุณคือ

พร้อม สำหรับ **ความสัมพันธ์ .**

คุณคือ พร้อม ถึง พูด, "พระเยซู" ฉัน ความต้องการ

คุณนั่นแหละ นี่คือความจริง:

"เพราะทุกคนล้วนทำบาป เราทุกคนล้วนบกพร่องจากมาตรฐานอันรุ่งโรจน์ของพระเจ้า... แต่พระเจ้า..." ใน ของเขา พระคุณ อิสระ ทำให้ เรา ขวา ใน ของเขา ภาพ."

— ชาวโรมัน 3:23–24 (เอ็นแอลที)

คุณ ไม่สามารถ ได้รับ ความรอด

คุณไม่สามารถแก้ไขตัวเองได้

แต่ พระเยซู เรียบร้อยแล้ว จ่าย ที่ เต็ม ราคา — และ เขาคือ ซึ่งรอคอย ถึง ยินดีต้อนรับ คุณ กลับบ้านแล้ว

ยังไง ถึง เป็น เกิด อีกครั้ง

สิ่งมีชีวิต เกิด อีกครั้ง วิธี การยอมจำนน ของคุณ ชีวิต ถึง พระเยซู — ยอมรับ การให้อภัย ของพระองค์ การเชื่อว่าพระองค์ทรงสิ้นพระชนม์และฟื้นคืนพระชนม์ และการยอมรับพระองค์เป็นพระเจ้าของท่าน และ พระผู้ช่วยให้รอด

ของมัน เรียบง่าย. ของมัน ทรงพลัง. มัน การเปลี่ยนแปลง ทุกสิ่งทุกอย่าง

จงอธิษฐานออกเสียงดังๆ:

"พระเจ้า" พระเยซู ฉัน เชื่อ คุณ เป็น ที่ ลูกชาย ของ พระเจ้า ฉัน เชื่อ

คุณ เสียชีวิต สำหรับ ของฉัน บาป และ ดอกกุหลาบ อีกครั้ง.

ฉัน สารภาพ ที่ ฉัน มี ทำบาป และ ฉัน ความต้องการ ของคุณ การให้อภัย ในวันนี้ ฉัน

กลับใจ และ เปลี่ยน จาก ของฉัน เก่า วิธีต่างๆ

ฉัน เชิญ คุณ เข้าไปข้างใน ของฉัน ชีวิต ถึง เป็น ของฉัน ท่านลอร์ด และ พระผู้ช่วยให้ รอด ล้าง ฉัน ทำความสะอาด. เติม ฉัน กับ ของคุณ วิญญาณ. ฉัน ประกาศ ฉัน เช้า เกิด อีกครั้ง, ได้รับการอภัยโทษ และ ฟรี.

จาก นี้ วัน ซึ่งไปข้างหน้า, ฉัน จะ ติดตาม คุณ - และ ฉัน จะ สด ใน ของคุณ ขั้นตอน

ขอบคุณ คุณ สำหรับ ประหยัด ฉัน. ใน พระเยซู ชื่อ อาเมน"

ต่อไป ขั้นตอน หลังจาก ความรอด

1. **บอก บางคน** – แบ่งปัน ของคุณ การตัดสินใจ กับ เอ ผู้ศรัทธา คุณ ไว้ใจ
2. **หา เอ อิงตามพระคัมภีร์ คริสตจักร** – เข้าร่วม เอ ชุมชน ที่ สอน พระวจนะ ของพระเจ้า และ ชีวิต มัน ออก. เยี่ยม พระเจ้า นกอินทรี กระทรวงต่างๆ ออนไลน์ ผ่าน ทาง https://www.otakada.org หรือ https://chat.whatsapp.com/H67spSun32DDTma8TLh0ov
3. **รับ รับบัพติศมา** – เอา ที่ ต่อไป ขั้นตอน ต่อสาธารณะ ถึง ประกาศ ความศรัทธา ของคุณ
4. **อ่าน ที่ พระคัมภีร์ รายวัน** – เริ่ม กับ ที่ พระกิตติคุณ ของ จอห์น.
5. **อธิษฐาน ทั้งหมด วัน** – พูดคุย ถึง พระเจ้า เช่น เอ เพื่อน และ พ่อ.
6. **เชื่อมต่อ** กับผู้อื่น – อยู่ท่ามกลางผู้คนที่สนับสนุน เส้นทางใหม่ของคุณ
7. **เริ่ม เอ การเป็นศิษย์ กระบวนการ ภายใน ที่ ชุมชน** – พัฒนา หนึ่ง บน หนึ่ง ความสัมพันธ์ กับ พระเยซู พระคริสต์ ทาง เหล่านี้ ลิงก์

ศิษย์ 40 วัน 1 - https://www.otakada.org/get-free-40-days-online-หลักสูตรการเป็นศิษย์ในเส้นทางแห่งพระเยซู/

40 การเป็นศิษย์ 2 - https://www.otakada.org/get-free-40-days-dna-of-การเดินทางแห่งการเป็นศิษย์กับพระเยซู ชุดที่ 2/

ของฉัน ความรอด ช่วงเวลา

วันที่ : ________________________________

ลายเซ็น : ________________________________

"ถ้า ใครก็ได้ เป็น ใน พระคริสต์ เขา เป็น เอ ใหม่ การสร้างสรรค์; ที่ เก่า มี ผ่าน ห่างออกไป, ที่ ใหม่ มี มา!"

— 2 ชาวโครินธ์ 5:17

ใบรับรอง ของ ใหม่ ชีวิต ใน พระคริสต์

ความรอด คำประกาศ – เกิด อีกครั้ง โดย เกรซ

นี้ รับรอง ที่

____

(เต็ม ชื่อ)

มี ต่อสาธารณะ ประกาศ **ศรัทธา ใน พระเยซู พระคริสต์**

เช่น ท่านลอร์ด และ พระผู้ช่วยให้รอด และ มี ได้รับ ที่ ฟรี ของขวัญ ของ ความรอดพ้น

ผ่านทางการสิ้นพระชนม์และการฟื้นคืนพระชนม์ของพระองค์

"ถ้า คุณ เปิดเผย ประกาศ ที่ พระเยซู เป็น ท่านลอร์ด และ เชื่อ ใน ของคุณ หัวใจ ที่ พระเจ้าทรงยกขึ้น เขา จาก ที่ ตาย, คุณ จะ เป็น รอดแล้ว"

— ชาวโรมัน 10:9 (เอ็นแอลที)

ในวันนี้ สวรรค์ยินดีปรีดา และการเดินทางครั้งใหม่ได้เริ่มต้นขึ้น วันที่ตัดสินใจ

:____

ลายเซ็น **:** ____

ความรอด การประกาศ

"วันนี้, ฉัน ยอมแพ้ ของฉัน ชีวิต ถึง พระเยซู พระคริสต์

ฉัน เชื่อ เขา เสียชีวิต สำหรับ ของฉัน บาป และ ดอกกุหลาบ

อีกครั้ง ฉัน รับ เขา เช่น ของฉัน ท่านลอร์ด และ

พระผู้ช่วยให้รอด

ฉัน เช้า ได้รับการอภัยโทษ เกิด อีกครั้ง, และ ทำ ใหม่.

จาก นี้ ช่วงเวลา ซึ่งไปข้างหน้า, ฉัน จะ เดิน ใน ของเขา ยินดี

ต้อนรับสู่ครอบครัวของพระเจ้า!

ของคุณ ชื่อ เป็น เขียนไว้ ใน ที่ แกะ หนังสือ ของ ชีวิต ของคุณ เรื่องราว

เป็น แค่ จุดเริ่มต้น — และ ของมัน นิรันดร์

เชื่อมต่อ กับ ของพระเจ้า นกอินทรี กระทรวงต่างๆ

- เว็บไซต์: www.otakada.org [1]
- ความมั่งคั่ง เกิน กังวล ชุด: www.wealthbeyondworryseries.com [2]
- อีเมล: ambassador@otakada.org

- **สนับสนุน นี้ งาน:**

สนับสนุน อาณาจักร โครงการต่างๆ ภารกิจ และ ฟรี ทั่วโลก แหล่งทรัพยากรผ่านการบริจาคที่นำโดยพันธสัญญา

สแกน คิวอาร์ รหัส ถึง ให้

https://tithe.ly/give?c=308311

ของคุณ ความเอื้อเฟื้อเผื่อแผ่ ช่วย เรา เข้าถึง มากกว่า วิญญาณ แปล ทรัพยากร, สนับสนุนมิชชันนารี และ สร้าง การเป็นศิษย์ ระบบ ทั่วโลก ขอบคุณ คุณ!

---

1. https://www.otakada.org

2. https://www.welthbeyondworryseries.com

ผู้เขียน ชีวประวัติ

ซาคาเรียส ก็อดสอีเกิล

A ผู้เขียน • ครู • ผู้มีวิสัยทัศน์ ผู้นำ

ซาคาริอัส ก็อดซีเกิล เป็นครูสอนพระวจนะที่เปี่ยมด้วยความมุ่งมั่น และเป็นกระบอกเสียงที่เฉียบแหลมแก่พระกายของพระคริสต์ เขามีพรสวรรค์พิเศษในการหยั่งรู้ทางจิตวิญญาณ ซาคาเรียส รัฐมนตรี กับ ความชัดเจน พยากรณ์ ความลึก, และ เอ ความปรารถนาอย่างแรงกล้าที่จะเห็นผู้เชื่อดำเนินชีวิตในความบริสุทธิ์ ความเลื่อมใสในพระเจ้า และการยอมจำนนต่อ พระคริสต์ อย่างแท้จริง

ในฐานะผู้ร่วมงานในองค์กร God's Eagle Ministries (GEM) เขาจึงมีบทบาทสำคัญ สำคัญ บทบาท ใน การขึ้นรูป การเป็นศิษย์ เนื้อหา, ตามพระคัมภีร์ แสงสว่าง และอิงตามสื่อ การเผยแพร่ ที่ สัมผัส ชีวิต ข้าม ดิจิตอล และ ทางกายภาพ พรมแดนของเขา งานเขียน จุดสนใจ บน ภายใน การเปลี่ยนแปลง การเชื่อฟัง และ ที่ การบูรณะ จากพระคริสต์สู่บัลลังก์แห่งหัวใจของผู้เชื่อ

ซาคาริอัสมีแรงผลักดันจากความเชื่อที่เรียบง่าย: **เมื่อหัวใจสอดคล้องกัน โชคชะตาก็ จะนำพาไป จัดเรียงให้ตรงกัน**

เขายังคงเข้าถึงผู้คนทั่วโลกผ่านการสอน การให้คำปรึกษา และโครงการสร้างสรรค์ที่เปี่ยมด้วยพระวิญญาณบริสุทธิ์

ท่านทูต วันจันทร์ โอ. โอกเบ

นักเขียน • นักสื่อสารและมิชชันนารี • ผู้ก่อตั้ง God's Eagle Ministries (อัญมณี)

ท่านทูตมันเดย์ โอเรโอโจ โอกวูโอโจ โอกเบ เป็นผู้ก่อตั้ง **God's Eagle Ministries (GEM)** ซึ่งเป็นองค์กรเผยแพร่ศาสนาระดับโลกที่มีพันธกิจในการ "เชื่อมโยงผู้คน" ถึง พระเจ้า ผ่าน ของเขา คำ." เป็นที่รู้จัก สำหรับ ของเขา เข้มข้น ความหลงใหล สำหรับ ด้วยความจริง

การเล่าเรื่องที่เข้าถึงอารมณ์ และคำสอนเชิงพยากรณ์ เขาจึงเผยแพร่คำสอนไปทั่วประเทศต่างๆ ผ่านทาง... การเขียน, การทำพอดแคสต์ การสร้างภาพยนตร์ ดิจิตอล การเผยแพร่ศาสนา และ การเป็นศิษย์.

ด้วยประสบการณ์ด้านการเป็นผู้นำ สื่อ และภารกิจต่างๆ ท่านทูตมันเดย์จึงพร้อมรับบทบาทสำคัญ แบกรับ เอ ข้ามวัฒนธรรม การเจิม ที่ ก้องกังวาน จาก แอฟริกา ถึง เอเชีย อเมริกา ยุโรป และตะวันออกกลาง คำสอนของท่านเผชิญหน้ากับ ความขัดแย้งที่ซ่อนเร้นอยู่ในใจของผู้ศรัทธา ได้แก่ ความโลภ ความขัดแย้งทางอัตลักษณ์ ความพึงพอใจในตนเองทางจิตวิญญาณ และ ที่ ละเอียดอ่อน การกัดเซาะ ของ ความใกล้ชิด กับ พระเจ้า.

เขาเป็นผู้ประพันธ์หนังสือธรรมะ ชุดหนังสือ และสื่อการสอนมัลติมีเดียมากมาย ซึ่งเข้าถึงผู้คนนับล้านผ่านทาง otakada.org และ แพลตฟอร์ม ดิจิทัลของ GEM

ของเขา ชีวิต ข้อความ เป็น เรียบง่าย แต่ ลึกซึ้ง:

"เมื่อไร พระคริสต์ นั่ง ที่ ที่ ศูนย์, ทุกอย่าง อื่น นำไป ของมัน ถูกต้อง สถานที่."

ปลอบโยน ลาดี โอกเบ

ผู้เขียน • ผู้ไกล่เกลี่ย • คนงานร่วม ใน กระทรวง

คอมฟอร์ท ลาดี อ็อกเบ เป็นนักเขียน ผู้ภาวนา และผู้ร่วมงานใน พันธกิจของ อาณาจักรพระเจ้า ของ พระเจ้า นกอินทรี กระทรวงต่างๆ พรสวรรค์ กับ ความเห็นอกเห็นใจ การแยกแยะ และ เอ การบำรุงเลี้ยง วิญญาณ, เธอ นำมา ทางอารมณ์ ความลึก และ จิตวิญญาณ การต่อสายดิน ในทุกโครงการที่เธอเกี่ยวข้อง

การมีส่วนร่วมของเธอ ซึ่งมักเกิดขึ้นเบื้องหลัง สะท้อนถึงความอ่อนน้อม ถ่อมตนอย่างแท้จริง ภูมิปัญญา, และ การรักษา ปลอบโยน รัฐมนตรี ผ่าน การให้คำปรึกษา การอธิษฐาน การเป็นศิษย์ และการทำงานร่วมกันอย่างสร้างสรรค์ โดยเฉพาะอย่างยิ่งในงานที่เน้นการฟื้นฟูครอบครัว ความเป็นผู้ใหญ่ทางจิตวิญญาณ และการเปลี่ยนแปลงจิตใจ

ในฐานะนักเขียน เธอเขียนจากประสบการณ์ชีวิตและความเชื่อมั่นทางจิตวิญญาณ โดยนำเสนอความชัดเจน ความสบายใจ และกำลังใจแก่ผู้อ่านในการแสวงหาความสมบูรณ์ในพระคริสต์

Comfort มุ่งมั่นที่จะช่วยให้ผู้เชื่อได้สัมผัสพระเจ้าไม่เพียงแค่ในความรู้ แต่ในชีวิตประจำวัน—ที่ซึ่งหัวใจเรียนรู้ที่จะไว้วางใจ ยอมจำนน และ เจริญเติบโต

ผู้เขียน หน้าหนังสือ:

https://www.amazon.com/stores/Zacharias-Godseagle/author/B0FCZ89D4K

หนังสือและ แหล่งข้อมูล แนะนำ

การต่ออายุ 7

รักษา ที่ หัวใจ ของ ของคุณ บ้านใน 7 วัน การต่ออายุ ชุด –

ตระกูล ความสามัคคี ฉบับ

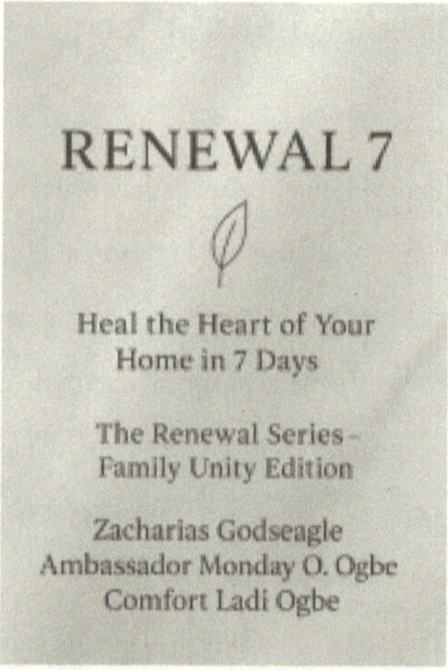

ลิงก์ ถึง หนังสือ ปกอ่อน - https://shop.ingramspark.com/b/084?params=htyfL002e1JzyEpZWkKtaXWF5FJ1jZFOjgiQKEfcbnw

Link ถึง อเมซอน หน้าหนังสือ ปกอ่อน - https://www.amazon.com/RENEWAL-Heal-Heart-Your-Renewal/dp/B0GD92153W

ลิงก์ไปยังอีบุ๊ก บน Amazon –

https://www.amazon.com/RENEWAL-Heal-Heart-Your-Renewal-ebook/dp/B0G91BMFND

สแกน ฉัน –

การต่ออายุ 7: รักษา ที่ หัวใจ ของ ของคุณ บ้าน ใน 7 วัน

เดอะ การต่ออายุ ชุด — ตระกูล ความสามัคคี ฉบับ

ลิงก์ไปยังหนังสือปกอ่อน - **https://shop.ingramspark.com/b/084?params=nSEElv9oUsItOu5akVZlg4ycGbbmvlBOtSiqeOZr5yQ**

ลิงก์ไปยังหนังสือปกอ่อนบน **Amazon - https://www.amazon.com/RENEWAL-MARRIAGE-Heart-Marriage-Renewal/dp/B0GDC1YZJ7**

ลิงก์ไปยังอีบุ๊กบน Amazon - https://www.amazon.com/RENEWAL-MARRIAGE-Heart-Marriage-Renewal-ebook/dp/B0G6JXJWJL

เดอะ บัลลังก์ ของ เดอะ หัวใจ – 12 การต่อสู้ เรา ต้อง ชนะ

อเมซอน อีบุ๊ก - https://www.amazon.com/THRONE-HEART- ความโลภ - เนื้อหาปลอม - อีบุ๊ก /dp/ B0G4SPFRY7

อ่อน จาก Amazon - https://www.amazon.com/THRONE-HEART-ความโลภ-ของปลอม-ความพึงพอใจ/dp/ B0G4TKW1ND

หนังสือปกอ่อน จาก สำนักพิมพ์ อินแกรมสปาร์ค - https://shop.ingramspark.com/b/084?params=a75LJXtvvI63VnzeQPleQTkAJWfu8CPQV6l5Oe31D80

4 ใน **1** คำเทศน์ โดย ซาคาริอัส ก็อดสอีเกิล กับ เสียง ลิงก์ –

ลิงก์อีบุ๊กบน Amazon - https://www.amazon.com/Sermons-Zacharias-Godseagle-Audio-links-ebook/dp/B0G4XCH4TW

หนังสือ ปก อ่อน จาก Amazon -

https://www.amazon.com/Sermons-Zacharias- Godseagle-Audio-links/dp/B0G4TK4XGT

ลิงก์ สั่งซื้อหนังสือปกอ่อนจาก Ingram Spark -

https://shop.ingramspark.com/b/084?params=nK2JERskkbhdAOSNseTUNRhaCFqUPZuhB4uYfqrXvGb

THE LOGOS PROTOCOL SERIES | 1
PILGRIM CODE
AI AWAKENING
A prophetic sci-fi thriller where faith collides with artificial intelligence, and light wars against the code.
ZACHARIAS GODSEAGLE
AMBASSADOR MONDAY O. OGBE
COMFORT LADI OGBE

อีบุ๊ก - https://www.amazon.com/Logos-Protocol-Awakening-artificial-intelligence-ebook/dp/B0FXNQFSWZ

หนังสือ ปก อ่อน - https://www.amazon.com/Logos-Protocol-Awakening- ปัญญาประดิษฐ์/dp/B0FXNGR66D

ปก แข็ง - https://www.amazon.com/Logos-Protocol-Awakening-ปัญญาประดิษฐ์/dp/B0FZNTQR6Y

หนังสือปกอ่อนจาก Ingramspark - https://shop.ingramspark.com/b/084?params=QkK4aNYTYO9U5z9uOkdHgc7Ue1eGDLqbb1tz9WRPaSk

ทำไม การปลดปล่อย ล้มเหลว - และ ยังไง ที่ ไฟ ของ พระเจ้า ฟื้นฟู ที่ วิญญาณ: 40 ต่อวัน คำประกาศ สำหรับ เก่งรอบด้าน การปลดปล่อย

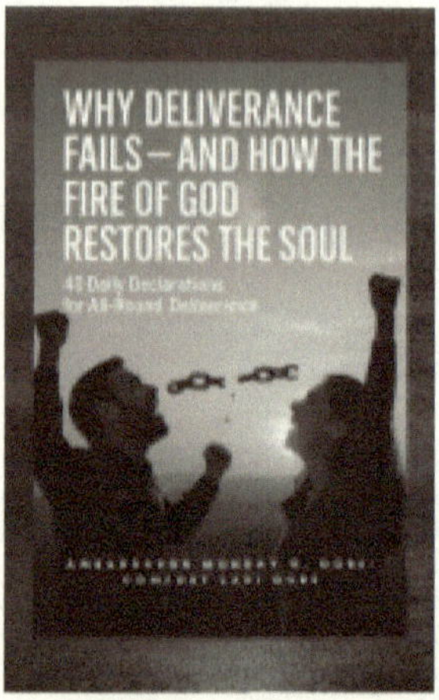

อี บุ๊ ก - https://www.amazon.com/Why-Deliverance-Fails-Declarations-อีบุ๊กอเนกประสงค์/dp/B0FW74L4G4

หนังสือ ปก อ่อน - https://www.amazon.com/Why-Deliverance-Fails-Declarations-All-Round/dp/B0FWB3LXRM

บันทึกแล้ว แต่ สูญหาย – เดอะ ไร้ระเบียบวินัย แปลง – แปลแล้ว เข้าไปข้างใน 25 ภาษา

หนังสือปกอ่อน

https://shop.ingramspark.com/b/
084?params=iYNB6S3PLMfREpm0jMM15bMe3BvWlkjcYyLYnHVGAds
Ebook - https ://www .am azon.com/SAVED-BUT-LOST-
UNDISCIPLED-heartbreak-ebook/dp/B0FVJ29DF7

7 วัน ของ จิตวิญญาณ สงคราม & การกู้คืน - นี้ เป็น ส่วนหนึ่ง 1

ผูกพัน ที่ ศัตรู, การกลับมา ลูกศร เซเว่นโฟลด์ และ การฟื้นฟู โชคชะตา ของคุณ

https://shop.ingramspark.com/b/084?params=8mPzqUl73Ex7uPyeO7ydyt8EGkkB6u2gX1jZvWU8j1C

ลิงก์อีบุ๊ ก - https://www.amazon.com/DAYS-SPIRITUAL-WARFARE-RECOVERY-Returning-ebook/dp/B0FMPJM5KZ

7 วัน ของ จิตวิญญาณ สงคราม & การกู้คืน - ส่วนหนึ่ง 2 - การปิดผนึก

ที่ ชัยชนะ, ด่วน ครัวเรือน ความชั่วร้าย และ การอนุรักษ์ ของคุณ ได้รับการฟื้นฟูแล้ว โชคชะตา

หนังสือปกอ่อน - https://shop.ingramspark.com/b/084?params=LkpNmGSsApHhWhiSO7bW3wFmcXQKIO4ZEBeSbP5rL1S

อี บุ๊ก - https://www.amazon.com/DAYS-SPIRITUAL-WARFARE-RECOVERY-Wickedness-ebook/dp/B0FR9YCMY8

จาก ความมืด ถึง โดมิเนียน: 40 วัน ถึง หยุดพัก ฟรี จาก เงื้อมมือ แห่งความมืดที่ซ่อนเร้น

เอ ทั่วโลก เพื่อการภาวนา ของ การรับรู้, การปลดปล่อย & พลัง - สำหรับบุคคลทั่วไป ครอบครัว และ ชาติ

พร้อม ถึง เป็น ฟรี

หนังสือปกอ่อน

https://shop.ingramspark.com/b/084?params=aVgp21QfwJxNANkfMxIQ0yejuFCVY12KFr978SRkZUD

ลิงก์ Amazon - https://www.amazon.com/DARKNESS-DOMINION-Devotional-Awareness-Deliverance-ebook/dp/B0FLDH2Y67

- *จัดส่งแล้ว จาก ที่ พลัง ของ ความมืด* **(ปกอ่อน)** — ซื้อ ที่นี่ [1] | อีบุ๊ก บน อเมซอน [2]

- **สูงสุด รีวิว จาก ที่ สหรัฐ รัฐต่างๆ:**
    - **คินเดิล ลูกค้า :** "เดอะ ดีที่สุด คริสเตียน อ่าน เคย!" (5 ดาว)

ขอขอบคุณพระเยซูสำหรับคำพยานนี้ ฉันได้รับพรมากมายและอยากแนะนำให้ทุกคนรู้จัก หนึ่ง ถึง อ่าน นี้ หนังสือ... สำหรับ ที่ ค่าจ้าง ของ บาป เป็น ความตาย แต่ ที่ ของขวัญ ของ พระเจ้า คือชีวิตนิรันดร์ ชาโลม! ชาโลม!

- **ดา เกสเตอร์ :** "นี้ เป็น เอ มาก น่าสนใจ และ ค่อนข้าง แปลก หนังสือ." (5 ดาว)

ถ้า อะไร เป็น พูดว่า ใน ที่ หนังสือ เป็น จริง แล้ว เรา จริงหรือ เป็น ทาง ด้านหลัง บน อะไร ศัตรู เป็น มีความสามารถ ของ ทำ! ... เอ ต้อง สำหรับ ใครก็ได้ ต้องการ ถึง เรียนรู้ เกี่ยวกับจิตวิญญาณ สงคราม

- **วีซ่า :** "รัก นี้ หนังสือ" (5 ดาว)

---

1. https://shop.ingramspark.com/b/084?params=oeYbAkVTC5ao8PfdVdzwko7wi6IQimg JY2779NaqG4e

2. https://www.amazon.com/Delivered-Power-Darkness-AFRICAN-DELIVERED-

ebook/dp/B0CC5MM4MV

นี้ เป็น หนึ่ง ดวงตา ตัวเปิด... เอ จริง คำสารภาพ... ล่าสุด ฉัน มี เป็น กำลังค้นหา สำหรับ มัน อยู่ทุกที่ ถึง ซื้อ มัน. ดังนั้น มีความสุข ถึง รับ มัน จาก อเมซอน

- **แฟรงค์เจเอ็ม** : "ค่อนข้าง แตกต่าง" (4 ดาว)

หนังสือเล่มนี้ทำให้ฉันนึกถึงความจริงของการต่อสู้ทางจิตวิญญาณ และยังทำให้ฉันนึกถึง เหตุผล อีกด้วย สำหรับ การวาง บน ที่ "เต็ม เกราะ ของ พระเจ้า."

- **เจนเจน** : "ทุกคน WHO ต้องการ ถึง ไป ถึง สวรรค์- อ่าน นี้!" (5 ดาว)

นี้ หนังสือ เปลี่ยน ของฉัน ชีวิต ดังนั้น มาก. ด้วยกัน กับ จอห์น รามิเรซ คำให้การ นั้น จะ ทำ คุณ ดู ที่ ของคุณ ศรัทธา แตกต่างออกไป ฉันมี อ่าน มัน 6 ครั้ง!

- *อดีตผู้นับถือลัทธิซาตาน: เดอะ เจมส์ แลกเปลี่ยน* (ปกอ่อน) — ซื้อ ที่นี่ [3] | อีบุ๊ก บน อเมซอน [4]

3. https://shop.ingramspark.com/b/084?params=I2HNGtbqJRbal8OxU3RMTApQsLLxcUCTC8zUdzDy0W1

4. https://www.amazon.com/JAMESES-Exchange-Testimony-High-Ranking-Encounters-ebook/dp/B0DJP14JLH

- ***คำให้การ ของ หนึ่ง แอฟริกัน อดีตผู้บูชาซาตาน*** *- ศิษยาภิบาล โจนาส ลูคุนตู มพาลา* (ปกอ่อน) — ซื้อ ที่นี่ [5] | อีบุ๊ก บน อเมซอน [6]

- *ยิ่งใหญ่กว่า ช่องโหว่ 14* (ปกอ่อน) — ซื้อ ที่นี่ [7] | อีบุ๊ก บน อเมซอน [8]

5. https://shop.ingramspark.com/b/084?params=0Aj9Sze4cYoLM5OqWrD20kgknXQQqO5AZYXcWtoMqWN
6. https://www.amazon.com/TESTIMONY-African-EX-SATANIST-Pastor-Jonas-ebook/dp/B0DJDLFKNR
7. https://shop.ingramspark.com/b/084?params=772LXinQn9nCWcgq572PDsqPjkTJmpgSqrp88b0qzKb
8. https://www.amazon.com/Greater-Exploits-MYSTERIOUS-Strategies-Countermeasures-

ebook/dp/B0CGHYPZ8V

- *ออก ของ ที่ ปีศาจ หม้อต้ม* โดย จอห์น รามิเรซ — มีอยู่ บน อเมซอน [9]
- *เขา มา ถึง ชุด ที่ เชลย ฟรี* โดย รีเบคก้า สีน้ำตาล — หา บน อเมซอน [10]

อื่น หนังสือ ที่ตีพิมพ์ โดย ผู้เขียน – เกิน 1000 ชื่อเรื่อง Loved, Chosen and Whole : A 30-Day Journey from Rejection to **การบูรณะ** แปลแล้ว เข้าไปข้างใน 40 ภาษา ของ ที่ โลก

https://www.amazon.com/Loved-Chosen-Whole-Rejection-Restoration-ebook/dp/B0F9VSD8WL

https://shop.ingramspark.com/b/084?params=xga0WR16muFUwCoeMUBHQ6HwYjddLGpugQHb3DVa5hE

9. https://www.amazon.com/Out-Devils-Cauldron-John-Ramirez/dp/0985604306

10. https://www.amazon.com/He-Came-Set-Captives-Free/dp/0883683239

Loved, Chosen and Whole
A 30-Day Journey from Rejection to Restoration

ใน ของเขา ขั้นตอน — เอ 40 วัน **WWJD** ท้าทาย:

การดำรงชีวิต ชอบ พระเยซู ใน ชีวิตจริง เรื่องราว รอบๆ ที่ โลก https://www.amazon.com/His-Steps-Challenge-Real-Life-Stories-ebook/dp/ B0FCYTL5MG

https://shop.ingramspark.com/b/084?params=DuNTWS59IbkvSKtGFbCbEFdv3Zg0FaITUEvlK49yLzB

พระเยซู ที่ เดอะ ประตู:

40 น่าเศร้าใจ เรื่องราว และ สวรรค์ สุดท้าย คำเตือน ถึง โบสถ์ ในปัจจุบัน

https://www.amazon.com/dp/B0FDX31L9F

https://shop.ingramspark.com/b/084?params=TpdA5j8WPvw83glJ12N1B3nf8LQte2a1lIEy32bHcGg

พันธสัญญา ชีวิต: 40 วัน ของ เดิน ใน ที่ พร ของ เฉลยธรรมบัญญัติ 28

-

https://www.amazon.com/dp/B0FFJCLDB5Stori

es จาก จริง ประชากร, จริง การเชื่อฟัง และ ของแท้

https://shop.ingramspark.com/b/

084?params=bH3pzfz1zdCOLpbs7tZYJNYgGcYf U32VMz3J3a4e2Qt

การเปลี่ยนแปลง ใน เกิน 20 ภาษา

การรู้ ของเธอ & การรู้ เขา:

40 วัน ถึง การรักษา ความเข้าใจ และ คงทน รัก

https://www.amazon.com/KNOWING-HER-HIM-Healing-Understanding-ebook/dp/B0FGC4V3D9
https://shop.ingramspark.com/b/084?params=vC6KCLoI7Nnum24BVmBtSme9i6k59p3oynaZOY4B9Rd

สมบูรณ์, ไม่ แข่งขัน:

เอ 40 วัน การเดินทาง ถึง วัตถุประสงค์, ความสามัคคี และ การทำงานร่วมกัน

https://shop.ingramspark.com/b/084?params=5E4v1tHgeTqOOuEtfTYUzZDzLyXLee30cqYo0Ov9941
https://www.amazon.com/COMPLETE-NOT-COMPETE-Journey-Collaboration-ebook/dp/B0FGGL1XSQ/

https://shop.ingramspark.com/b/
084?params=xkZMrYcEHnrJDhe1wuHHYixZDViiArCeJ6PbNMTbTux
https://www.amazon.com/dp/B0FHJT42TK

อื่น หนังสือ สามารถ เป็น พบ บน ผู้เขียน หน้าหนังสือ https://www.amazon.com/
ร้านค้า/เอกอัครราชทูต-วันจันทร์-O.-Ogbe/ผู้เขียน/B07MSBPFNX

www.ingramcontent.com/pod-product-compliance
Lightning Source LLC
LaVergne TN
LVHW090231051026
849517LV00001B/271
* 9 7 9 8 2 9 5 5 9 1 5 8 7 *